Hướng dẫn món hầm để làm chủ các món ngon nấu chậm trên thế giới

100 công thức nấu ăn thịnh soạn cho mọi dịp

Thảo Ngọc

từ chối trách nhiệm

Thông tin trong Sách điện tử này nhằm mục đích đóng vai trò là một bộ sưu tập toàn diện các chiến lược mà tác giả của Sách điện tử này đã thực hiện nghiên cứu.

Tóm tắt, chiến lược, mẹo và thủ thuật chỉ đề xuất của tác giả và việc đọc Sách điện tử này sẽ không đảm bảo rằng kết quả của một người sẽ phản ánh chính xác kết quả của tác giả. Tác giả của Sách điện tử đã thực hiện tất cả các nỗ lực hợp lý để cung cấp thông tin hiện tại và chính xác cho người đọc Sách điện tử.

Tác giả và các cộng sự của mình sẽ không chịu trách nhiệm cho bất kỳ lỗi hoặc thiếu sót không chủ ý nào có thể được tìm thấy. Tài liệu trong Sách điện tử có thể bao gồm thông tin của bên thứ ba. Tài liệu của bên thứ ba bao gồm các ý kiến được thể hiện bởi chủ sở hữu của họ. Do đó, tác giả của Sách điện tử không chịu trách nhiệm hoặc trách nhiệm pháp lý đối với bất kỳ tài liệu hoặc ý kiến của bên thứ ba nào. Cho dù là do sự phát triển của internet hay do những thay đổi không lường trước được trong chính sách của công ty và nguyên tắc gửi biên tập, những gì được coi là sự thật tại thời điểm viết bài này có thể trở nên lỗi thời hoặc không thể áp dụng được sau này.

MỤC LỤC

GIỚI THIỆU

Món hầm là một món ăn thịnh soạn và dễ chịu đã được thưởng thức trong nhiều thế kỷ ở nhiều nền văn hóa trên thế giới. Chúng thường được làm bằng cách ninh thịt, rau và đôi khi là ngũ cốc trong nước dùng hoặc nước sốt có hương vị. Món hầm là một món ăn linh hoạt có thể được tùy chỉnh để phù hợp với khẩu vị của từng người, với các biến thể kết hợp các loại thịt hoặc rau khác nhau, hoặc thậm chí là hải sản. Cho dù bạn thích ớt cay hay món thịt bò hầm cổ điển, món hầm là một bữa ăn no và thỏa mãn, hoàn hảo cho thời tiết lạnh hoặc bất cứ lúc nào bạn muốn một thứ gì đó ấm áp và thịnh soạn.

THỊT HEO HẦM

1. **Brunswick Stew**

Thực hiện: 8 ĐẾN 10 Khẩu phần

THÀNH PHẦN

6 chén nước dùng gà

2 chén thịt lợn kéo BBQ nấu chậm

2 chén thịt gà băm nhỏ, nấu chín

2 chén đậu lima đông lạnh hoặc khô

3 củ khoai tây nâu vừa, gọt vỏ và thái hạt lựu

1 (14-ounce) lon cà chua thái hạt lựu trong nước ép cà chua

1 củ hành đỏ lớn, thái hạt lựu

1½ chén đậu Hà Lan và cà rốt đông lạnh

1½ chén đậu bắp đông lạnh

1 chén ngô đông lạnh

1 chén sốt BBQ hickory

3 tép tỏi, băm nhỏ

2 muỗng canh nước sốt Worrouershire

2½ muỗng cà phê muối nêm

1 muỗng cà phê tiêu đen xay

½ muỗng cà phê thì là

HƯỚNG DẪN

Thêm tất cả nguyên liệu vào nồi nấu chậm 6 lít. Khuấy cho đến khi mọi thứ được kết hợp tốt. Đậy nắp nồi nấu chậm và đặt nhiệt ở mức thấp.

Nấu trong 5 giờ, sau đó phục vụ. Phần còn lại có thể được bảo quản trong hộp kín trong tủ lạnh tối đa 5 ngày.

2. Heo Và Đậu Hầm Cay

THÀNH PHẦN

2 lbs vai heo không xương, cắt thành khối vuông 1 inch
2 hộp đậu tây, để ráo nước và rửa sạch
1 củ hành tây lớn, xắt nhỏ
4 tép tỏi, băm nhỏ
2 quả ớt jalapeno, bỏ hạt và thái nhỏ
1 muỗng cà phê thì là
1 thìa ớt bột
1/2 muỗng cà phê ớt bột
2 chén nước luộc gà
1/4 chén rau mùi tươi xắt nhỏ
Muối và tiêu, hai vị

HƯỚNG DẪN

Trong một cái nồi lớn hoặc lò nướng kiểu Hà Lan, đun nóng một ít dầu trên lửa vừa và cao. Thêm thịt lợn và nấu cho đến khi vàng ở tất cả các mặt.

Thêm hành, tỏi và ớt jalapeno vào nồi và nấu trong 2-3 phút hoặc cho đến khi hành mềm và trong.

Thêm thì là, ớt bột và ớt bột vào nồi và khuấy đều.

Thêm nước dùng gà và đậu thận vào nồi và đun sôi.

Giảm nhiệt xuống thấp và đun nhỏ lửa trong 1-2 giờ, hoặc cho đến khi thịt lợn mềm.

Khuấy rau mùi xắt nhỏ và nêm muối và hạt tiêu cho vừa ăn.

3. Heo Hầm Chile Xanh

THÀNH PHẦN

2 lbs vai heo, cắt thành khối vuông 1 inch
2 lon ớt xanh xắt nhỏ
1 củ hành tây lớn, xắt nhỏ
4 tép tỏi, băm nhỏ
2 chén nước luộc gà
1 muỗng cà phê thì là
1 muỗng cà phê oregano
1/2 muỗng cà phê ớt bột hun khói
Muối và tiêu, hai vị

HƯỚNG DẪN

Trong một cái nồi lớn hoặc lò nướng kiểu Hà Lan, đun nóng một ít dầu trên lửa vừa và cao. Thêm thịt lợn và nấu cho đến khi vàng ở tất cả các mặt.
Thêm hành tây, tỏi và ớt xanh vào nồi và nấu trong 2-3 phút hoặc cho đến khi hành tây mềm và trong.

Thêm thì là, rau oregano và ớt bột hun khói vào nồi và khuấy đều.

Thêm nước dùng gà vào nồi và đun sôi.

Giảm nhiệt xuống thấp và đun nhỏ lửa trong 1-2 giờ, hoặc cho đến khi thịt lợn mềm.

Nêm muối và hạt tiêu cho vừa ăn.

4. Thịt Heo Hầm Táo

THÀNH PHẦN

2 lbs vai heo không xương, cắt thành khối vuông 1 inch
2 quả táo Granny Smith, gọt vỏ và cắt nhỏ
1 củ hành tây lớn, xắt nhỏ
4 tép tỏi, băm nhỏ
2 chén nước luộc gà
1 muỗng cà phê húng tây
1 muỗng cà phê hương thảo
Muối và tiêu, hai vị

HƯỚNG DẪN

Trong một cái nồi lớn hoặc lò nướng kiểu Hà Lan, đun nóng một ít dầu trên lửa vừa và cao. Thêm thịt lợn và nấu cho đến khi vàng ở tất cả các mặt.

Thêm hành tây, tỏi và táo vào nồi và nấu trong 2-3 phút hoặc cho đến khi hành tây mềm và trong.

Thêm húng tây, hương thảo và nước dùng gà vào nồi và đun sôi.

Giảm nhiệt xuống thấp và đun nhỏ lửa trong 1-2 giờ, hoặc cho đến khi thịt lợn mềm.

Nêm muối và hạt tiêu cho vừa ăn.

5. Thịt Heo Và Hominy Hầm

THÀNH PHẦN

2 lbs vai heo, cắt thành khối vuông 1 inch
2 lon hominy, để ráo nước và rửa sạch
1 củ hành tây lớn, xắt nhỏ
4 tép tỏi, băm nhỏ
2 chén nước luộc gà
1 muỗng cà phê thì là
1 thìa ớt bột
Muối và tiêu, hai vị

HƯỚNG DẪN

Trong một cái nồi lớn hoặc lò nướng kiểu Hà Lan, đun nóng một ít dầu trên lửa vừa và cao. Thêm thịt lợn và nấu cho đến khi vàng ở tất cả các mặt.

Thêm hành và tỏi vào nồi và nấu trong 2-3 phút, hoặc cho đến khi hành mềm và trong.

Thêm thì là và bột ớt vào nồi và khuấy để kết hợp.

Thêm nước dùng gà và hominy vào nồi và đun sôi.
Giảm nhiệt xuống thấp và đun nhỏ lửa trong 1-2 giờ, hoặc cho đến khi thịt lợn mềm.

Nêm muối và hạt tiêu cho vừa ăn.

6. Thịt Heo Hầm Khoai Lang

THÀNH PHẦN

2 lbs vai heo không xương, cắt thành khối vuông 1 inch
2 củ khoai lang lớn, gọt vỏ và xắt nhỏ
1 củ hành tây lớn, xắt nhỏ
4 tép tỏi, băm nhỏ
2 chén nước luộc gà
1 muỗng cà phê quế
1/2 muỗng cà phê hạt nhục đậu khấu
Muối và tiêu, hai vị

HƯỚNG DẪN

Trong một cái nồi lớn hoặc lò nướng kiểu Hà Lan, đun nóng một ít dầu trên lửa vừa và cao. Thêm thịt lợn và nấu cho đến khi vàng ở tất cả các mặt.

Thêm hành tây, tỏi và khoai lang vào nồi và nấu trong 2-3 phút hoặc cho đến khi hành tây mềm và trong.

Thêm quế, nhục đậu khấu và nước dùng gà vào nồi và đun sôi.

Giảm nhiệt xuống thấp và đun nhỏ lửa trong 1-2 giờ, hoặc cho đến khi thịt lợn mềm.

Nêm muối và hạt tiêu cho vừa ăn.

7. Thịt Heo Hầm Đậu Đen

THÀNH PHẦN

2 lbs vai heo không xương, cắt thành khối vuông 1 inch
2 lon đậu đen, để ráo nước và rửa sạch
1 củ hành tây lớn, xắt nhỏ
4 tép tỏi, băm nhỏ
2 chén nước luộc gà
1 muỗng cà phê thì là
1 thìa ớt bột
Muối và tiêu, hai vị

HƯỚNG DẪN

Trong một cái nồi lớn hoặc lò nướng kiểu Hà Lan, đun nóng một ít dầu trên lửa vừa và cao. Thêm thịt lợn và nấu cho đến khi vàng ở tất cả các mặt.

Thêm hành và tỏi vào nồi và nấu trong 2-3 phút, hoặc cho đến khi hành mềm và trong.

Thêm thì là và bột ớt vào nồi và khuấy để kết hợp.

Cho nước dùng gà và đậu đen vào nồi đun sôi.
Giảm nhiệt xuống thấp và đun nhỏ lửa trong 1-2 giờ, hoặc cho đến khi thịt lợn mềm.

Nêm muối và hạt tiêu cho vừa ăn.

8. Thịt Heo Và Rau Hầm

THÀNH PHẦN

2 lbs vai heo không xương, cắt thành khối vuông 1 inch
2 chén rau trộn xắt nhỏ
1 củ hành tây lớn, xắt nhỏ
4 tép tỏi, băm nhỏ
2 chén nước luộc gà
1 muỗng cà phê húng tây
1 muỗng cà phê hương thảo
Muối và tiêu, hai vị

HƯỚNG DẪN

Trong một cái nồi lớn hoặc lò nướng kiểu Hà Lan, đun nóng một ít dầu trên lửa vừa và cao. Thêm thịt lợn và nấu cho đến khi vàng ở tất cả các mặt.
Cho hành, tỏi và hỗn hợp rau củ vào nồi và nấu trong 2-3 phút hoặc cho đến khi hành mềm và trong.
Thêm húng tây, hương thảo và nước dùng gà vào nồi và đun sôi.
Giảm nhiệt xuống thấp và đun nhỏ lửa trong 1-2 giờ hoặc cho đến khi thịt lợn mềm và rau chín.
5. Nêm muối và hạt tiêu cho vừa ăn.

9. Thịt Heo Hầm Rượu Táo

THÀNH PHẦN

2 lbs vai heo không xương, cắt thành khối vuông 1 inch
2 cốc rượu táo
2 quả táo lớn, gọt vỏ và thái nhỏ
1 củ hành tây lớn, xắt nhỏ
4 tép tỏi, băm nhỏ
2 chén nước luộc gà
1 muỗng cà phê húng tây
Muối và tiêu, hai vị

HƯỚNG DẪN

Trong một cái nồi lớn hoặc lò nướng kiểu Hà Lan, đun nóng một ít dầu trên lửa vừa và cao. Thêm thịt lợn và nấu cho đến khi vàng ở tất cả các mặt.

Thêm hành tây, tỏi và táo vào nồi và nấu trong 2-3 phút hoặc cho đến khi hành tây mềm và trong.

Thêm cỏ xạ hương, rượu táo và nước dùng gà vào nồi và đun sôi.

Giảm nhiệt xuống thấp và đun nhỏ lửa trong 1-2 giờ, hoặc cho đến khi thịt lợn mềm.

Nêm muối và hạt tiêu cho vừa ăn.

10. Heo hầm cay

THÀNH PHẦN

2 lbs vai heo không xương, cắt thành khối vuông 1 inch
1 lon cà chua thái hạt lựu
1 củ hành tây lớn, xắt nhỏ
4 tép tỏi, băm nhỏ
2 chén nước luộc gà
2 muỗng canh tương cà chua
1 muỗng canh ớt bột
1 muỗng cà phê thì là
Muối và tiêu, hai vị

HƯỚNG DẪN

Trong một cái nồi lớn hoặc lò nướng kiểu Hà Lan, đun nóng một ít dầu trên lửa vừa và cao. Thêm thịt lợn và nấu cho đến khi vàng ở tất cả các mặt.

Thêm hành và tỏi vào nồi và nấu trong 2-3 phút, hoặc cho đến khi hành mềm và trong.

Thêm ớt bột và thì là vào nồi và khuấy để kết hợp.

Thêm cà chua thái hạt lựu, bột cà chua và nước dùng gà vào nồi và đun sôi.
Giảm nhiệt xuống thấp và đun nhỏ lửa trong 1-2 giờ, hoặc cho đến khi thịt lợn mềm.
Nêm muối và hạt tiêu cho vừa ăn.

11. Vịt hầm đậu lăng

THÀNH PHẦN

2 lbs vai heo không xương, cắt thành khối vuông 1 inch
2 chén đậu lăng khô, rửa sạch và để ráo nước
1 củ hành tây lớn, xắt nhỏ
4 tép tỏi, băm nhỏ
2 chén nước luộc gà
1 muỗng cà phê húng tây
1 muỗng cà phê ớt bột hun khói
Muối và tiêu, hai vị

HƯỚNG DẪN

Trong một cái nồi lớn hoặc lò nướng kiểu Hà Lan, đun nóng một ít dầu trên lửa vừa và cao. Thêm thịt lợn và nấu cho đến khi vàng ở tất cả các mặt.
Thêm hành và tỏi vào nồi và nấu trong 2-3 phút, hoặc cho đến khi hành mềm và trong.
Thêm cỏ xạ hương, ớt bột hun khói, đậu lăng và nước dùng gà vào nồi và đun sôi.
Giảm nhiệt xuống thấp và đun nhỏ lửa trong 1-2 giờ hoặc cho đến khi thịt lợn mềm và đậu lăng chín.
Nêm muối và hạt tiêu cho vừa ăn.

BÒ VÀ LAMB HẦM

12. đuôi bò hầm

Thực hiện: 6 ĐẾN 8 Khẩu phần

THÀNH PHẦN

½ chén bột mì đa dụng

3½ muỗng cà phê muối nêm

2 thìa cà phê ớt bột

½ muỗng cà phê tiêu đen xay

4 pound đuôi bò, cắt mỡ

¼ chén dầu thực vật

1 củ hành vàng lớn, xắt nhỏ

1 lon (14,5 ounce) cà chua thái hạt lựu

4 tép tỏi

3 nhánh húng tây tươi

3 lá nguyệt quế

1 lon (6-ounce) tương cà chua

1 lít (32 ounce) nước dùng thịt bò

1 pound cà rốt bé

1½ pound khoai tây đỏ non, xắt nhỏ

HƯỚNG DẪN

Lấy một túi đông lạnh ziplock lớn và thêm bột mì, muối nêm, ớt bột và hạt tiêu đen. Lắc túi để đảm bảo mọi thứ được kết hợp tốt. Bắt đầu thêm đuôi bò vào, từng cái một và lắc túi để phủ chúng. Sau khi đuôi bò được tráng, đặt chúng lên đĩa hoặc khay nướng.

Trong một cái chảo lớn trên lửa vừa, đổ dầu thực vật vào. Khi dầu nóng, bắt đầu cho đuôi bò vào. Làm nâu tất cả các bề mặt của đuôi bò, khoảng 3 phút cho mỗi mặt, sau đó lấy ra khỏi chảo và cho vào nồi nấu chậm 6 lít.

Quăng hành tây vào chảo và nấu cho đến khi mềm. Cho đuôi bò vào nồi nấu chậm, cùng với cà chua, tỏi, cỏ xạ hương và lá nguyệt quế.

Trong một bát lớn, kết hợp bột cà chua và nước dùng thịt bò, và trộn cho đến khi kết hợp tốt. Đổ hỗn hợp này vào nồi nấu chậm, đặt nồi nấu chậm ở mức thấp và nấu trong 6 giờ.

Thêm cà rốt và khoai tây, khuấy đều và nấu thêm 2 giờ nữa. Sau đó phục vụ và thưởng thức!

13. Pepperpot hầm từ Guyana

Thực hiện: 6 phần ăn

THÀNH PHẦN

- 2 pound chân bò, cắt thành khối
- 2 muỗng cà phê muối kosher, chia ba lần
- 6 tép tỏi vừa, băm nhỏ
- 4 quả ớt Wiri Wiri tươi
- 2 ½ muỗng cà phê nước dùng gà, chia bốn chiều
- 1 pound đuôi bò với các khớp riêng biệt
- 1 pound thịt bò có xương, cắt thành khối
- 1 ¼ chén casareep, chia bốn chiều
- 21 nhánh cỏ xạ hương tươi, chia làm ba phần
- 24 tép nguyên, chia ba chiều
- 3 thanh quế, chia ba chiều
- 2 muỗng canh đường nâu nhạt
- 2 củ gừng tươi, gọt vỏ và bào sợi
- ½ quả nhục đậu khấu, bào nhỏ
- 1 dải vỏ cam

HƯỚNG DẪN

a)Cho muối và nước luộc gà vào chân bò.

b)Cho chân bò, cải thìa, cỏ xạ hương, cả đinh hương, thanh quế và 4 cốc nước vào nồi áp suất. Nấu áp suất trong một giờ.

c)Đổ nước nấu và chân bò vào lò kiểu Hà Lan. Đặt sang một bên.

d)Nêm đuôi bò với nước dùng gà và muối.

e) Trong cùng một nồi áp suất, cho đuôi bò cùng với casareep, húng tây, đinh hương, thanh quế và 2 cốc nước. Nấu áp suất trong 30 phút.

f) Chuyển đuôi bò đã nấu chín và nước nấu của chúng vào nồi cùng với chân bò.

g) Thêm muối và $\frac{1}{2}$ muỗng cà phê. nước dùng gà cho mâm cặp thịt bò.

h)Cho thịt bò băm, cải thìa, cỏ xạ hương, cả đinh hương, thanh quế và 3 cốc nước vào cùng một nồi áp suất.

i) Nấu áp suất trong ba mươi phút.

j) Chuyển thịt bò đã nấu chín và nước nấu của nó vào nồi cùng với chân bò và đuôi bò.

k) Thêm tỏi băm nhỏ, ớt chuông, đường nâu, gừng nạo, nhục đậu khấu, vỏ cam, $\frac{1}{4}$ chén cassareep còn lại và 1 muỗng cà phê nước dùng gà vào nồi và khuấy đều.

l) Bơi trong 15 phút.

m) Tắt bếp, sau đó hớt bớt mỡ trên bề mặt.

n) Ăn kèm với bánh mì.

14. Thịt bò hầm Puerto Rico

Làm cho: 1 phần ăn

THÀNH PHẦN

- 3 muỗng canh dầu thực vật
- 1½ pound Thịt bò hầm, cắt miếng
- 4 nhánh húng tây tươi
- 3 củ cà rốt, xắt nhỏ
- ½ pound Đậu xanh, gọt vỏ, giảm một nửa
- 4 lá nguyệt quế
- 1 củ hành tây, xắt nhỏ
- 3 tép tỏi, băm nhỏ
- 1 muỗng canh mùi tây tươi xắt nhỏ
- 2 muỗng canh Bột mì đa dụng
- Hai lon 14½-ounce Nước dùng thịt bò
- 2 chén rượu vang đỏ khô
- 4 củ khoai tây, cắt làm tư theo chiều dọc
- Măng tây tươi

HƯỚNG DẪN

a) Trong một cái chảo lớn, nặng, đun nóng dầu trên lửa lớn.

b) Nướng thịt bò theo mẻ. Để qua một bên.

c) Khuấy hành tây và tỏi và nấu trong năm phút.

d) Thêm bột mì, rau mùi tây, cỏ xạ hương và lá nguyệt quế.

e) Khuấy trong 2 phút.

f) Thêm rượu và nước dùng dần dần.

g) Đun sôi hỗn hợp sau đó cho thịt bò trở lại nồi.

h)Hạ nhiệt xuống mức trung bình thấp, đậy nắp nồi và đun nhỏ lửa trong 45 phút.

i) Thêm khoai tây và cà rốt.

j) Đun nhỏ lửa trong khoảng 30 phút, thỉnh thoảng khuấy, cho đến khi thịt và rau chín.

k)Thêm đậu xanh và đun sôi trong 10 phút, hoặc cho đến khi đậu chín và nước sốt hơi đặc lại.

l) Phục vụ trang trí với rau mùi tây.

15. Thịt cừu hầm cay với Daikon

THÀNH PHẦN

- 2 pound thịt cừu hầm, cắt thành miếng 2 inch
- 3 muỗng canh dầu ô liu siêu nguyên chất
- 5 tép tỏi, bóc vỏ và đập dập
- 2 ớt Thái, thái lát
- ½ ounce củ gừng tươi, thái lát
- ¼ chén rượu Thiệu Hưng hoặc sherry
- 3 muỗng canh nước tương đen
- 2 muỗng canh nước tương nhẹ
- 1 chén nước hầm xương gà
- 1 muỗng canh đường nâu
- 2 muỗng cà phê thì là
- 3 cây hồi
- 12 ounce daikon, bóc vỏ và cắt khối
- 3 muỗng canh bột bắp
- Hành lá xắt nhỏ để trang trí

HƯỚNG DẪN

a) Trong một cái chảo lớn, đổ nước ngập thịt cừu và đun sôi, khoảng 5 phút. Xả và rửa sạch để làm sạch. Để qua một bên.

b)Rửa sạch cùng một cái chảo và lau khô hoàn toàn hoặc sử dụng lò nướng lớn của Hà Lan. Đun nóng dầu ô liu trên lửa vừa trong khoảng 2 phút; thêm tỏi, ớt và gừng. Xào trong một phút hoặc cho đến khi có mùi thơm.

c) Thêm thịt cừu vào lò Hà Lan; nấu trong 5 phút, khuấy thường xuyên.

d)Thêm rượu Thiệu Hưng hoặc rượu sherry, tiếp theo là nước tương đậm, nước tương nhạt, nước hầm xương gà, đường nâu và thìa là. Thả hoa hồi vào chảo và chuyển sang lửa lớn. Bìa và đun sôi. Vặn lửa xuống thấp, đun nhỏ lửa trong 1 tiếng rưỡi.

e)45 phút trước khi nấu xong, thêm daikon vào thịt cừu hầm, khuấy đều để phủ nước sốt và tiếp tục đun nhỏ lửa cho đến khi chín.

f)Hòa tan bột ngô trong $\frac{1}{4}$ cốc nước lạnh và cho vào nồi thịt cừu hầm. Khi nước hầm đã đặc lại, tắt lửa.

g)Trang trí với hành lá và dùng với cơm hoặc khoai tây nghiền.

16. Nồi nấu chậm Borscht thịt bò kiểu Thượng Hải

THÀNH PHẦN

- 2 muỗng canh dầu ô liu
- 2 chén Nước hầm xương bò (1 thùng)
- 2 muỗng canh bơ
- 1 (6-oz) lon bột cà chua
- $\frac{1}{4}$ chén bột mì đa dụng
- 1 (14,5-oz) lon cà chua thái hạt lựu
- 1 củ hành vừa, thái lát
- 1 lá nguyệt quế
- 1 pound thịt bò hầm
- 1 muỗng cà phê muối
- 2 cọng cần tây, xắt nhỏ
- 2 muỗng canh đường nâu
- 1 chén cà rốt, xắt nhỏ
- $\frac{1}{2}$ muỗng cà phê tiêu đen xay
- 1 củ khoai tây lớn, thái hạt lựu
- 3 chén bắp cải xanh, thái lát mỏng
- 4 tép tỏi, băm nhỏ
- Húng quế tươi xắt nhỏ để trang trí

HƯỚNG DẪN

a)Làm roux bằng cách đun chảy bơ với dầu ô liu trên lửa vừa trong chảo. Sau khi bơ tan chảy hoàn toàn, giảm nhiệt xuống thấp, thêm bột mì; khuấy liên tục cho đến khi hỗn hợp được trộn đều và mịn.

b)Thêm hành tây vào roux; tăng nhiệt lên nhiệt độ trung bình cao. Khuấy cho đến khi hành tây được phủ đều và có mùi thơm; chuyển hỗn hợp vào nồi nấu chậm.

c)Đặt tất cả các thành phần khác trừ bắp cải vào nồi nấu chậm. Khuấy đều, đậy nắp và nấu ở nhiệt độ thấp trong 8 giờ.
d)Thêm bắp cải, chuyển nồi nấu chậm sang cài đặt cao. Nấu thêm 30 phút hoặc cho đến khi bắp cải mềm.
e)Hương vị và thêm nhiều muối hoặc đường nếu muốn. Ra đĩa, trang trí với húng quế và dùng với bánh mì yêu thích của bạn.

17. Thịt bê hầm với Polenta trắng

Thực hiện: 9 phần ăn

THÀNH PHẦN

- 2 pound Thịt nạc bê hầm
- 2 muỗng canh dầu ô liu
- 3 tép tỏi, băm nhỏ
- 2 chén Cà rốt thái lát, (3/4-inch)
- 1½ chén hành ngọc trai đông lạnh
- ¼ chén mùi tây lá phẳng tươi xắt nhỏ
- ½ muỗng cà phê húng quế khô
- ¼ muỗng cà phê muối
- ¼ muỗng cà phê tiêu
- 2 chén rượu vang đỏ khô
- 1 chén cà chua nghiền đóng hộp
- 10½ ounce Nước dùng gà ít natri, (1 lon)
- 2 lá nguyệt quế
- 4 chén nấm tươi cắt đôi
- 2 muỗng cà phê bột bắp
- 1 muỗng cà phê nước
- Polenta trắng
- 3 muỗng canh phô mai Parmesan bào
- rau mùi tây lá phẳng, (tùy chọn)
- 1½ cốc cà tím
- ¾ muỗng cà phê muối
- 5 cốc nước
- 1 tép tỏi, đập dập

HƯỚNG DẪN

a)Cắt mỡ từ thịt bê. Cắt thịt bê thành khối 1 inch rưỡi.

b)Đun nóng dầu trong lò lớn của Hà Lan ở nhiệt độ trung bình cao. Thêm thịt bê và tỏi; nấu 5 phút hoặc cho đến khi thịt bê mất màu hồng. Thêm cà rốt và 9 thành phần tiếp theo ; đun sôi.

c)Đậy nắp, giảm nhiệt và đun nhỏ lửa trong 1 giờ 15 phút.

d)Thêm nấm và nấu, không đậy nắp, 45 phút hoặc cho đến khi thịt bê mềm.

e)Kết hợp bột bắp và nước; thêm vào món hầm. Nấu 2 phút hoặc cho đến khi hơi đặc lại, khuấy liên tục. Vứt bỏ lá nguyệt quế.

f)Múc White Polenta vào từng bát mì ống; đầu với món hầm. Rắc phô mai.

ĐỐI VỚI POLENTA TRẮNG:

g)Kết hợp Polenta và muối trong một cái chảo lớn. Dần dần thêm nước và tỏi, khuấy liên tục bằng máy đánh trứng. Đun sôi; giảm nhiệt xuống mức trung bình thấp.

h)Nấu, không đậy nắp, 15 phút hoặc cho đến khi đặc lại, khuấy thường xuyên.

18. Súp thịt bò và khoai lang Mexico

THÀNH PHẦN

- 1 muỗng canh dầu bơ tinh luyện hoặc dầu ô liu
- 1 pound thịt bò nạc hầm
- 1 muỗng cà phê muối kosher
- 1 chén hành tây xắt nhỏ
- 1 muỗng cà phê tỏi băm
- 1 chén ớt chuông ngọt xắt nhỏ
- 2 chén khoai lang, gọt vỏ và xắt nhỏ
- 1 muỗng cà phê ớt bột
- 1 muỗng cà phê oregano khô
- 1 muỗng cà phê thì là
- 14 ounce salsa đỏ
- Nước dùng gà, 2 chén
- 2 muỗng cà phê nước cốt chanh
- ⅓ chén rau mùi thái nhỏ
- muối Kosher để hương vị
- Tiêu đen xay để nếm

HƯỚNG DẪN

a) Đun nóng chảo gang lớn trên lửa lớn.

b) Thêm thịt bò hầm và rắc muối. Khuấy thịt bò cho đến khi chín vàng, 5 phút. Với một cái muỗng có rãnh, lấy thịt ra và chuyển vào đĩa. Để qua một bên.

c) Cho hành, tỏi và ớt chuông vào chảo trên lửa vừa cao, thỉnh thoảng đảo đều cho đến khi hành và tỏi thơm và ớt chín mềm hoặc khoảng 5 phút.

d) Thêm khoai lang, bột ớt, oregano, thì là, nước dùng và salsa. Trộn kỹ. Đun sôi. Sau đó, đậy nắp và đun nhỏ lửa trong 30 phút hoặc cho đến khi khoai lang chín mềm.

e) Khuấy nước cốt chanh, ngò, muối và hạt tiêu. Để nhiệt qua nhiệt độ thấp, khoảng 4 phút.

f) Múc Súp Nước dùng vào các lọ đã chuẩn bị sẵn, panh hoặc lít, để lại khoảng trống 1 inch.

g) Đậy chặt nắp hộp 2 phần bằng ngón tay.

h) Xử lý các lọ trong hộp áp suất đã được làm nóng trước trong 40 phút.

i) Khi Thời gian chế biến: hoàn tất, tắt bếp và để hộp tự nhiên về nhiệt độ phòng.

j) Khi nguội, lấy lọ ra khỏi hộp và kiểm tra niêm phong.

19. Thịt bò hầm rượu vang đỏ

Làm cho: 6 đến 8

THÀNH PHẦN

- 5 pound sườn bò không xương hoặc thịt bò hầm, cắt thành khối 1 inch
- Muối Kosher và hạt tiêu đen mới xay
- ½ chén bột mì đa dụng
- 1 bó húng tây nhỏ
- 3 lá nguyệt quế khô
- Dầu ôliu siêu nguyên chất
- 1 đầu tỏi, tách thành tép, bóc vỏ và thái lát mỏng
- 2 củ tỏi tây, thái thành hình bán nguyệt mỏng và rửa sạch
- 3 cọng cần tây, cắt thành lát dài 1 inch; ¼ chén lá cần tây để trang trí
- 2 chén hành tây, bóc vỏ
- 1 lon (6-ounce) tương cà chua
- 1 (750-ml) chai rượu vang đỏ (chẳng hạn như cabernet sauvignon, zinfandel, hoặc syrah)
- 2 lít nước dùng bò, cộng thêm nếu cần
- 1½ pound cà rốt, gọt vỏ và thái hạt lựu lớn
- ¼ chén (½ que) bơ lạt
- 1 pound nấm cremini, cắt tỉa, làm tư nếu lớn
- 1 muỗng canh giấm rượu vang đỏ
- Puree khoai tây cổ điển, để phục vụ (tùy chọn)

HƯỚNG DẪN

a)Chuẩn bị thịt bò và các loại thảo mộc. Thấm khô thịt bò bằng khăn giấy. Nêm tất cả các mặt với 1 muỗng canh muối và $\frac{1}{2}$ muỗng cà phê tiêu. Đặt bột vào một bát lớn. Thêm thịt và ném vào áo khoác. Chuyển thịt sang lưới lọc mịn và gõ nhẹ vào bột thừa. Chuyển sang đĩa lớn. Buộc cỏ xạ hương và lá nguyệt quế lại với nhau bằng dây bện.

b)Làm nâu thịt bò. Trong một lò nướng lớn của Hà Lan, đun nóng 1 muỗng canh dầu ô liu ở nhiệt độ trung bình cao cho đến khi nóng. Làm theo mẻ và thêm dầu nếu cần, thêm thịt bò thành một lớp đều. Nấu, thỉnh thoảng lật, trong 5 đến 8 phút mỗi mẻ, cho đến khi chín vàng đều các mặt. Chuyển sang đĩa sạch, để lại bất kỳ phần (nước dùng) màu nâu nào trong nồi. (Nếu fond bị đen và cháy, hãy cạo bỏ và loại bỏ; rửa sạch và lau sạch nồi.)

c)Nấu các chất thơm. Đun nóng kho trên lửa vừa cho đến khi nóng. (Nếu nồi có vẻ khô, hãy thêm 1 muỗng canh dầu ô liu.) Thêm tỏi. Nấu, thỉnh thoảng khuấy trong 1 đến 2 phút, cho đến khi tỏi có màu nâu nhạt và thơm. Thêm tỏi tây, cần tây và hành tây ngọc trai và nêm muối và hạt tiêu. Nấu, thỉnh thoảng khuấy, trong 5 đến 6 phút, cho đến khi có màu nâu nhạt. Thêm bột cà chua và nấu, khuấy thường xuyên, trong 6 đến 7 phút, cho đến khi bột nhão có màu đỏ sẫm.

d)Giảm rượu. Thêm rượu và tăng nhiệt lên mức trung bình cao. Nấu, thỉnh thoảng khuấy và cạo bất kỳ phần màu nâu nào ở đáy nồi, trong 8 đến 9 phút, cho đến khi rượu giảm 2/3 thể tích.

e)Hầm thịt bò. Thêm nước dùng và nêm muối và hạt tiêu. Tăng nhiệt lên cao và đun sôi. Cho thịt bò trở lại nồi, cùng với nước ép tích tụ. Thêm bó thảo mộc. Giảm nhiệt xuống thấp, đậy nắp và đun nhỏ lửa trong 2 giờ 20 phút đến 2 giờ 30 phút, cho đến khi thịt gần mềm. Nếu nước hầm có vẻ khô, hãy cho thêm nước dùng, $\frac{1}{2}$ cốc sau một giờ.

f)Thêm cà rốt. Nếu cần, hãy hớt bớt mỡ thừa. Thêm cà rốt và tăng nhiệt lên mức trung bình. Nấu không đậy nắp, thỉnh thoảng khuấy trong 40 đến 45 phút, cho đến khi cà rốt mềm và nước om đặc lại. Nêm với muối và hạt tiêu.

g)Nấu nấm. Trong khi nước hầm sôi, trong một chảo xào lớn ở nhiệt độ trung bình cao, làm tan chảy bơ. Thêm nấm. Nấu, chỉ khuấy một vài lần, trong 7 đến 8 phút, cho đến khi có màu nâu. Nêm với muối và hạt tiêu.

h)Kết thúc việc om. Khuấy nấm vào om. Nấu trong 15 đến 20 phút, cho đến khi hơi đặc lại. Loại bỏ nhiệt. Vứt bỏ bó thảo mộc và khuấy trong giấm. Nêm với muối và hạt tiêu. Chuyển sang một món ăn phục vụ hoặc bát cá nhân. Trang trí với lá cần tây và dùng với khoai tây nghiền.

20. **Súp thịt bò và rau củ**

THÀNH PHẦN

- 16 ounce nước sốt cà chua
- 1 quả ớt đỏ
- 1 muỗng cà phê muối
- 1 bắp cải, xắt nhỏ
- 15 ounce đậu Anh
- 1 pound thịt bò hầm, hình khối
- 1 thìa cà phê tiêu
- 7 cốc nước
- 2 xương súp nước dùng thịt bò
- 4 củ khoai tây, hình khối
- 4 củ cà rốt, xắt nhỏ
- 17 ounce ngô nguyên hạt

HƯỚNG DẪN

a) Kết hợp các thành phần trong Crockpot.

b) Nấu ở nhiệt độ thấp trong 3 giờ.

21. Nước dùng Joumou trong nồi nước dùng

THÀNH PHẦN

- 1 chén cộng với 1 muỗng canh giấm trắng chưng cất, chia
- 1 pound thịt bò, cắt khối và rửa sạch trong giấm
- 2 củ cải, thái nhỏ
- 1 nắp ca-pô Scotch xanh hoặc ớt habanero
- 1 pound thịt bò hầm, cắt khối và rửa trong giấm
- 1 chén Cơ sở gia vị của Epi
- 1 quả bí cỡ trung bình, gọt vỏ và cắt khối
- 3 củ khoai tây, thái nhỏ
- 3 muỗng canh nước cốt chanh tươi
- 1 muỗng canh muối nêm
- 15 chén nước dùng thịt bò hoặc rau, chia
- 1 pound xương bò
- 3 củ cà rốt, thái lát
- ½ bắp cải xanh, thái lát rất mỏng
- 1 củ hành tây, thái lát
- 1 cọng cần tây, xắt nhỏ
- 1 tỏi tây, chỉ phần trắng và xanh nhạt, thái nhỏ
- 1 nhánh cỏ xạ hương
- 2 muỗng canh dầu ô liu
- 1½ cốc rigatoni
- 6 cây đinh hương
- 1 muỗng cà phê bột tỏi
- 1 muỗng cà phê bột hành
- 2 ½ muỗng cà phê muối kosher, cộng thêm
- ½ muỗng cà phê hạt tiêu đen mới xay, cộng thêm
- Một nhúm ớt cayenne, cộng thêm
- 1 nhánh mùi tây

- 1 muỗng canh bơ không ướp muối

HAI PHỤC VỤ

- Bánh mì giòn

HƯỚNG DẪN

a) Kết hợp nước cốt chanh, muối nêm và Cơ sở gia vị của Epi.

b) Thêm thịt bò và ướp ít nhất 30 phút hoặc qua đêm.

c) Trong một nồi rất Nước dùng, đun nóng 5 chén nước dùng trên lửa vừa.

d) Thêm thịt bò ướp và xương, đậy nắp nồi và đun nhỏ lửa trong khoảng 40 phút.

e) Cho bí đao vào nồi bên trên thịt bò, đậy vung và nấu trong 20 đến 25 phút hoặc cho đến khi chín mềm.

f) Chuyển Squash vào máy xay sinh tố. Thêm 4 chén nước dùng và xay nhuyễn cho đến khi mịn.

g) Mang trở lại nồi và đun nhỏ lửa.

h) Thêm 6 chén nước dùng còn lại, khoai tây, cà rốt, bắp cải, hành tây, cần tây, tỏi tây, củ cải, ớt, Rigatoni, đinh hương, bột tỏi, bột hành, muối, hạt tiêu, một chút ớt cayenne và các loại rau còn lại.

i) Bơi trong 30 phút.

j) Thêm dầu, bơ và thìa giấm cuối cùng.

k) Hầm thêm 15-20 phút ở nhiệt độ trung bình thấp hoặc cho đến khi thịt bò cực kỳ mềm.

l) Dọn súp nước dùng ra bát với bánh mì ở bên cạnh.

22. Tagine

THÀNH PHẦN

- Một ít dầu ô liu
- Một ít bơ
- 500 g thịt cừu băm nhỏ (không có xương)
- 1 củ hành tây
- 1 mẩu gừng tươi
- 1 miếng quế (khoảng 5cm)
- một chút nghệ tây
- 200 g trái cây sấy khô
- 25g hạt mè
- muối và hạt tiêu đen mới xay để nếm

HƯỚNG DẪN

a)Xào thịt, hành tây và gia vị cho đến khi thịt chuyển sang màu nâu.

b)Cho thịt và hành tây vào nồi.

c)Cho nước đến mức vừa xâm xấp mặt thịt, đậy nắp nồi, hầm khoảng 1 tiếng.

d)Thêm trái cây khô và hầm thêm 30 phút nữa.

e)Rang hạt vừng trên vỉ nướng hoặc chảo khô cho đến khi có màu nâu.

f)Vớt quế ra và phủ vừng rang lên đĩa.

23. Thịt cừu hầm cay với Daikon

THÀNH PHẦN

- 2 pound thịt cừu hầm, cắt thành miếng 2 inch
- 3 muỗng canh dầu ô liu siêu nguyên chất
- 5 tép tỏi, bóc vỏ và đập dập
- 2 ớt Thái, thái lát
- ½ ounce củ gừng tươi, thái lát
- ¼ chén rượu Thiệu Hưng hoặc sherry
- 3 muỗng canh nước tương đen
- 2 muỗng canh nước tương nhẹ
- 1 chén nước hầm xương gà
- 1 muỗng canh đường nâu
- 2 muỗng cà phê thì là
- 3 cây hồi
- 12 ounce daikon, bóc vỏ và cắt khối
- 3 muỗng canh bột bắp
- Hành lá xắt nhỏ để trang trí

HƯỚNG DẪN

h)Trong một cái chảo lớn, đổ nước ngập thịt cừu và đun sôi, khoảng 5 phút. Xả và rửa sạch để làm sạch. Để qua một bên.

i) Rửa sạch cùng một cái chảo và lau khô hoàn toàn hoặc sử dụng lò nướng lớn của Hà Lan. Đun nóng dầu ô liu trên lửa vừa trong khoảng 2 phút; thêm tỏi, ớt và gừng. Xào trong một phút hoặc cho đến khi có mùi thơm.

j) Thêm thịt cừu vào lò Hà Lan; nấu trong 5 phút, khuấy thường xuyên.

k) Thêm rượu Thiệu Hưng hoặc rượu sherry, tiếp theo là nước tương đậm, nước tương nhạt, nước hầm xương gà, đường nâu và thìa là. Thả hoa hồi vào chảo và chuyển sang lửa lớn. Bìa và đun sôi. Vặn lửa xuống thấp, đun nhỏ lửa trong 1 tiếng rưỡi.

l) 45 phút trước khi nấu xong, thêm daikon vào thịt cừu hầm, khuấy đều để phủ nước sốt và tiếp tục đun nhỏ lửa cho đến khi chín.

m) Hòa tan bột ngô trong $\frac{1}{4}$ cốc nước lạnh và cho vào nồi thịt cừu hầm. Khi nước hầm đã đặc lại, tắt lửa.

n) Trang trí với hành lá và dùng với cơm hoặc khoai tây nghiền.

24. Nước dùng mì thịt bò (kiểu Tứ Xuyên)

THÀNH PHẦN

- 1 pound thịt bò hầm
- ¼ chén tương ớt cay
- 4 lạng cải xoong
- 2 muỗng canh đường nâu
- 12-15 cái nấm đông cô
- 5 muỗng canh dầu ô liu, chia
- 4 quả trứng, luộc mềm
- 3 hoa hồi
- 8 ounce mì Trung Quốc, hoặc ramen, hoặc udon
- 2 muỗng cà phê bột ngũ vị hương
- 1 inch gừng, thái lát
- 2 muỗng canh nước tương
- 4 nhánh tỏi, đập dập và thái lát mỏng
- 1 nhánh hành lá, xắt nhỏ để trang trí
- 5 chén nước hầm xương bò
- dầu mè
- 1 muỗng canh rượu vang đỏ
- Muối và tiêu

HƯỚNG DẪN

a) Cho thịt bò hầm vào tô vừa; thêm rượu vang đỏ và một chút muối và hạt tiêu; khuấy đều.

b) Trong một cái chảo lớn, đun nóng 2 muỗng canh dầu ô liu trên lửa vừa và cao; thêm thịt bò đã ướp gia vị vào, đảo đều cho đến khi mặt ngoài của thịt bò bắt đầu chuyển sang màu nâu (khoảng 5 phút).

c) Thêm 5 chén nước dùng xương bò vào nồi. Chuyển nhiệt độ cao và đun sôi, sau đó đun nhỏ lửa.

d)Trong khi thịt đang sôi, làm nóng 3 muỗng canh dầu ô liu trên lửa vừa và cao trong chảo nhỏ (khoảng 2 phút).

e)Thêm đường và chiên cho đến khi nó bắt đầu chuyển sang màu nâu; bây giờ thêm hoa hồi, ngũ vị hương, gừng và tỏi; khuấy khoảng 10 giây; nhanh chóng thêm tương ớt. Khuấy đều và nấu ở nhiệt độ thấp trong khoảng 1 phút.

f)Chuyển hỗn hợp tương ớt vào một cái chảo lớn; thêm nước tương, sau đó đun nhỏ lửa trong 25 phút.

g)Trong lúc đó, luộc trứng. (Đun sôi 4 cốc nước trong nồi nhỏ, nhẹ nhàng cho trứng vào và đun trong 4 phút rưỡi đối với trứng luộc mềm hoặc 5 phút đối với trứng luộc kỹ. Vớt trứng ra và ngâm trong nước lạnh trong 5 phút trước khi gọt vỏ.)

h)Sau 25 phút đun nhỏ lửa, thêm mì và nấm vào nồi; đun sôi. Khi nước dùng phở bò sôi thì cho cải xoong vào, sau đó tắt bếp ngay. Khuấy cho đến khi rau bắt đầu héo.

i) Khi ăn, chia đều nước dùng thành 4 bát; mưa phùn với dầu mè. Đặt một quả trứng luộc mềm vào mỗi bát; rắc hành lá xắt nhỏ. Thưởng thức!

25. Nồi nấu chậm Borscht thịt bò kiểu Thượng Hải

THÀNH PHẦN

- 2 muỗng canh dầu ô liu
- 2 chén Nước hầm xương bò (1 hộp)
- 2 muỗng canh bơ
- 1 (6-oz) lon bột cà chua
- $\frac{1}{4}$ chén bột mì đa dụng
- 1 (14,5-oz) lon cà chua thái hạt lựu
- 1 củ hành vừa, thái lát
- 1 lá nguyệt quế
- 1 pound thịt bò hầm
- 1 muỗng cà phê muối
- 2 cọng cần tây, xắt nhỏ
- 2 muỗng canh đường nâu
- 1 chén cà rốt, xắt nhỏ
- $\frac{1}{2}$ muỗng cà phê tiêu đen xay
- 1 củ khoai tây lớn, thái hạt lựu
- 3 chén bắp cải xanh, thái lát mỏng
- 4 tép tỏi, băm nhỏ
- Húng quế tươi xắt nhỏ để trang trí

HƯỚNG DẪN

f) Làm roux bằng cách đun chảy bơ với dầu ô liu trên lửa vừa trong chảo. Sau khi bơ tan chảy hoàn toàn, giảm nhiệt xuống thấp, thêm bột mì; khuấy liên tục cho đến khi hỗn hợp được trộn đều và mịn.

g) Thêm hành tây vào roux; tăng nhiệt lên nhiệt độ trung bình cao. Khuấy cho đến khi hành tây được phủ đều và có mùi thơm; chuyển hỗn hợp vào nồi nấu chậm.

h)Đặt tất cả các thành phần khác trừ bắp cải vào nồi nấu chậm. Khuấy đều, đậy nắp và nấu ở nhiệt độ thấp trong 8 giờ.

i) Thêm bắp cải, chuyển nồi nấu chậm sang cài đặt cao. Nấu thêm 30 phút hoặc cho đến khi bắp cải mềm.

j) Hương vị và thêm nhiều muối hoặc đường nếu muốn. Ra đĩa, trang trí với húng quế và dùng với bánh mì yêu thích của bạn.

26. Súp thịt bò và khoai lang Mexico

THÀNH PHẦN

- 1 muỗng canh dầu bơ tinh luyện hoặc dầu ô liu
- 1 pound thịt bò nạc hầm
- 1 muỗng cà phê muối kosher
- 1 chén hành tây xắt nhỏ
- 1 muỗng cà phê tỏi băm
- 1 chén ớt chuông ngọt xắt nhỏ
- 2 chén khoai lang, gọt vỏ và xắt nhỏ
- 1 muỗng cà phê ớt bột
- 1 muỗng cà phê oregano khô
- 1 muỗng cà phê thì là
- 14 ounce salsa đỏ
- Nước dùng gà, 2 chén
- 2 muỗng cà phê nước cốt chanh
- ⅓ chén rau mùi thái nhỏ
- muối Kosher để hương vị
- Tiêu đen xay để nếm

HƯỚNG DẪN

a) Đun nóng chảo gang lớn trên lửa lớn.

b) Thêm thịt bò hầm và rắc muối. Khuấy thịt bò cho đến khi chín vàng, 5 phút. Với một cái muỗng có rãnh, lấy thịt ra và chuyển vào đĩa. Để qua một bên.

c) Cho hành, tỏi và ớt chuông vào chảo trên lửa vừa cao, thỉnh thoảng đảo đều cho đến khi hành và tỏi thơm và ớt chín mềm hoặc khoảng 5 phút.

d) Thêm khoai lang, bột ớt, oregano, thì là, nước dùng và salsa. Trộn kỹ. Đun sôi. Sau đó, đậy nắp và đun nhỏ lửa trong 30 phút hoặc cho đến khi khoai lang chín mềm.

e)Khuấy nước cốt chanh, ngò, muối và hạt tiêu. Để nhiệt qua nhiệt độ thấp, khoảng 4 phút.

f)Múc Súp Nước dùng vào các lọ đã chuẩn bị sẵn, panh hoặc lít, để lại khoảng trống 1 inch.

g)Đậy chặt nắp hộp 2 phần bằng ngón tay.

h)Xử lý các lọ trong hộp áp suất đã được làm nóng trước trong 40 phút.

i) Khi Thời gian chế biến: hoàn tất, tắt bếp và để hộp tự nhiên về nhiệt độ phòng.

j) Khi nguội, lấy lọ ra khỏi hộp và kiểm tra niêm phong.

27. Súp thịt bò, rau củ và cơm

Thực hiện: 10 phần ăn

THÀNH PHẦN

- 1 gói xương sườn ngắn
- 2 pound thịt bò hầm
- ⅓ chén dầu ô liu để nướng thịt
- 2 muỗng canh adobo
- 1 muỗng canh bột cà chua
- 2 muỗng canh dầu ô liu
- 1 đầu tỏi không cần bóc vỏ
- ¼ muỗng cà phê tiêu đen
- ½ muỗng cà phê muối
- Nước
- 2 viên nước dùng gà
- ½ chén ớt cắt lát mỏng
- ½ củ hành vàng, bóc vỏ
- 1 bó rau mùi
- 1 quả bí xanh, cắt khối
- 2 bắp ngô cắt làm 5 miếng
- ¼ chén gạo hạt dài
- 2 củ khoai tây gọt vỏ và cắt khối
- 1 củ cà rốt lớn, gọt vỏ và thái khối
- 2 cọng cần tây, thái lát
- 1 chén yucca gọt vỏ và cắt thành khối
- 1 quả chanh, vắt lấy nước

HƯỚNG DẪN

a)Đặt một đầu tỏi đầy đủ, không bóc vỏ, vào một cái chảo khác với dầu ô liu trên lửa vừa và cao trong khi thịt săn lại.

b)Xào trong khoảng 5 phút, hoặc cho đến khi nó chuyển sang màu nâu vàng nhạt. Để qua một bên.

c)Trong một cái nồi lớn, đun nóng dầu ô liu trên lửa vừa và cao.

d)Thêm thịt bò và nướng trong 10 đến 15 phút.

e)Nêm thịt với muối và hạt tiêu.

f)Thêm đủ nước để bao phủ hoàn toàn thịt bò.

g)Thêm đầu tỏi với ớt và hành tây.

h)Đậy nắp chảo và nấu thịt bò ở nhiệt độ trung bình cao cho đến khi mềm, khoảng 1 giờ nếu bạn dùng sườn ngắn.

i) Thêm 3 đến 4 cốc nước vào nồi sau khi thịt bò mềm và đun sôi lại.

j) Thêm adobo, bột cà chua, nước dùng gà, khoai tây, cà rốt, cần tây, yucca, ngô và gạo.

k)Đun nhỏ lửa thêm 10 phút nữa.

l) Thêm rau mùi và nước cốt chanh.

m) Thêm zucchini và nấu cho đến khi nó mềm.

n)Phục vụ và thưởng thức!

28. Súp lúa mạch bò Grandma's Country

THÀNH PHẦN

- $\frac{1}{2}$-1 pound Thịt bò hầm
- 2 tép tỏi
- 2 muỗng canh dầu
- 1 hộp cà chua
- 2 chén cà rốt
- 2 chén cần tây
- 2 chén đậu xanh
- $\frac{1}{2}$ chén lúa mạch
- 1 muỗng canh sốt Worrouershire
- Nhúm húng quế
- Muối và tiêu
- 1 gói nước dùng bò

HƯỚNG DẪN

a) Xào thịt bò hầm với tỏi trong 2 muỗng canh dầu.
b) Thêm cà chua, cà rốt, cần tây, đậu xanh, lúa mạch, sốt Worcestershire, một chút húng quế, muối tiêu và 1 gói nước dùng bò.
c) Nấu ở nhiệt độ thấp trong 3-4 giờ.

29. Món hầm Wyoming

Năng suất: 8 phần ăn

Thành phần

- 1 pound thịt bò hầm
- 2 muỗng cà phê làm mềm thịt
- 1 (14,5 ounce) lon nước dùng gà
- 1 (10,75 ounce) lon kem súp gà cô đặc
- 1 (1 ounce) phong bì hỗn hợp súp hành khô
- 1 (16 ounce) gói rau hầm đông lạnh
- 1 (10 ounce) có thể cuộn bữa tối hình lưỡi liềm trong tủ lạnh

Hướng

a)Đun nóng chảo gang trên lửa vừa và cao. Rắc chất làm mềm thịt lên các miếng thịt bò và nấu trên chảo nóng cho đến khi chín vàng.

b)Thoát khỏi bất kỳ dư thừa nước ép.

c)Trong một bát nhỏ, trộn đều nước dùng gà, kem súp gà và hỗn hợp súp hành tây. Đổ nước ngập mặt thịt, giảm lửa nhỏ và đun liu riu trong phút.

d)Làm nóng lò ở 350 độ F (175 độ C). Thêm rau hầm đông lạnh vào chảo và đun nhỏ lửa thêm 10 phút nữa. Mở cuộn bột hình lưỡi liềm ra và sắp xếp phủ kín mặt chảo như một chiếc bánh nướng.

e)Nướng trong 10 đến 15 phút trong lò làm nóng trước, hoặc cho đến khi mặt trên có màu nâu vàng. Đem ra khỏi lò và ăn.

30. Súp thịt cừu và đậu Cannellini

Làm cho: 4

THÀNH PHẦN

- 1 muỗng canh dầu hướng dương
- 1 củ hành tây nhỏ (tổng cộng 5 oz / 150 g), thái nhỏ
- $\frac{1}{4}$ củ cần tây nhỏ, gọt vỏ và cắt thành xúc xắc $\frac{1}{4}$ inch / 0,5 cm (tổng cộng 6 oz / 170 g)
- 20 tép tỏi lớn, bóc vỏ nhưng còn nguyên
- 1 muỗng cà phê thì là
- 1 lb / 500 g thịt cừu hầm (hoặc thịt bò nếu bạn thích), cắt thành khối $\frac{3}{4}$-inch / 2 cm
- 7 cốc / 1,75 lít nước
- $\frac{1}{2}$ cốc / 100 g cannellini hoặc đậu pinto khô, ngâm qua đêm với nhiều nước lạnh, sau đó để ráo nước
- 7 quả bạch đậu khấu, nghiền nhẹ
- $\frac{1}{2}$ muỗng cà phê bột nghệ
- 2 muỗng canh tương cà chua
- 1 muỗng cà phê đường siêu mịn
- 9 oz / 250 g Yukon Gold hoặc khoai tây ruột vàng khác, gọt vỏ và cắt thành khối $\frac{3}{4}$ inch / 2cm
- muối và hạt tiêu đen mới xay
- bánh mì, hai phần ăn
- nước chanh mới vắt, hai phần
- rau mùi hoặc Zhoug xắt nhỏ

HƯỚNG DẪN

a)Đun nóng dầu trong chảo lớn và nấu hành tây và rễ cần tây trên lửa vừa cao trong 5 phút hoặc cho đến khi hành tây bắt đầu chuyển sang màu nâu. Thêm tép tỏi và thì là và nấu thêm 2 phút nữa. Tắt lửa và đặt sang một bên.

b)Đặt thịt và nước vào một cái chảo lớn hoặc nồi Hà Lan trên lửa vừa và cao, đun sôi, hạ lửa và đun nhỏ lửa trong 10 phút, thường xuyên hớt bọt trên bề mặt cho đến khi bạn có được nước dùng trong. Thêm hỗn hợp hành tây và rễ cần tây, đậu ráo nước, bạch đậu khấu, nghệ, bột cà chua và đường. Đun sôi, đậy nắp và đun nhỏ lửa trong 1 giờ hoặc cho đến khi thịt mềm.

c)Cho khoai tây vào súp và nêm 1 thìa cà phê muối và $\frac{1}{2}$ thìa cà phê tiêu đen. Đun sôi trở lại, giảm nhiệt và đun nhỏ lửa, không đậy nắp, trong 20 phút nữa hoặc cho đến khi khoai tây và đậu mềm. Súp nên dày. Để bọt bong bóng lâu hơn một chút, nếu cần, giảm bớt hoặc thêm một ít nước. Hương vị và thêm nhiều gia vị theo ý thích của bạn. Phục vụ súp với bánh mì và một ít nước cốt chanh và rau mùi tươi cắt nhỏ, hoặc zhoug.

31. Gulyas Hungary

Làm cho: 4

THÀNH PHẦN

- 2 pound thịt cắt thành món hầm
- 4 muỗng canh ớt bột Hungary nhẹ
- một chút ớt bột Hungary nóng
- 3 hoặc 4 quả cà chua lớn
- 2 ớt chuông xanh lớn
- 2 củ hành tây, màu vàng ưa thích
- Muối và hạt tiêu cho vừa ăn
- chất béo hoặc dầu để làm khô thịt hoặc cá
- 2 chén kem chua, nếu có

HƯỚNG DẪN

a)Rán thịt, gà hoặc cá trong chảo.

b)Cắt ớt, cà chua và hành tây: cắt một vài quả thật mịn để nước dùng có hương vị thơm ngon và những quả còn lại thái thô, dễ nhận biết. Cho rau củ vào nồi hầm.

c)Cho thịt đã ướp vào nồi rồi thêm nước ngập mặt thịt khoảng 1 inch.

d)Thêm muối, hạt tiêu và ớt bột "ngọt" - đủ ớt bột để nước dùng có màu nâu đỏ. (Nếu bạn đang dùng cá, hãy thêm nước ngập rau, thêm gia vị và đun nhỏ lửa cho đến khi rau gần mềm trước khi cho cá vào.)

e)Đun nhỏ lửa cho đến khi thịt gần như rơi ra khỏi xương hoặc cá vừa chín tới; thêm nước khi cần thiết, giữ cho nó thành một món súp hầm đặc. Hương vị và điều chỉnh gia vị.

f) Nếu bạn có kem chua, hãy thêm 1 cốc ngay trước khi ăn và khuấy đều. Phục vụ trong bát súp trên khoai tây luộc nóng hoặc mì. Với phần kem chua còn lại, trang trí bát của mỗi người.

g) Chuyển ớt bột nóng để mọi người có thể làm cho phần của họ cay như họ muốn.

32. Cà ri bò Nhật Bản

phục vụ 4

THÀNH PHẦN

- ⅓ chén bột mì
- 4 muỗng canh bơ không ướp muối
- 2 muỗng canh bột cà ri
- 1/2 muỗng canh garam masala
- 1 muỗng canh nước tương
- 1 muỗng canh sốt cà chua
- 1 muỗng canh sốt Worrouershire
- 1 muỗng canh mật ong
- 1 muỗng cà phê muối kosher
- 1 cân Anh thịt bò hầm
- 2 củ cà rốt
- 3 củ khoai tây Yukon vàng vừa
- 1 củ hành vừa
- 2 tép tỏi, băm nhỏ
- 1 muỗng cà phê gừng, băm nhỏ
- 2 chén nước luộc gà

Hướng

a) Nhấn nút xào và để nóng.

b) Để làm roux trước: đun chảy bơ rồi cho bột mì vào. Nướng bánh mì trong một phút, sau đó thêm bột cà ri và garam masala. Trộn cho đến khi nó trở thành một hỗn hợp đặc sệt. Loại bỏ nhiệt.

c) Thêm dầu ô liu và nâu thịt bò. Thêm hành tây thái lát và nấu trong vài phút để hành tây có màu nâu.

Thêm gừng, tỏi, mật ong, nước tương, sốt cà chua, sốt Worcestershire, muối kosher và nước sốt cà ri.

d)Trộn đều với thịt. Đổ cà rốt, khoai tây và nước dùng gà. Đậy nắp và nhấn nút hầm thịt/hầm và hẹn giờ trong 20 phút.

33. cà ri thịt bò

Thực hiện: 6 phần ăn

THÀNH PHẦN

- 1 củ hành tây; cắt lát
- 1 muỗng cà phê bột cà ri
- 2 muỗng canh dầu
- 1 muỗng cà phê muối
- 1 muỗng cà phê tiêu đen xay
- 2 cân Thịt bò hầm; $\frac{1}{2}$" khối
- 2 chén chất lỏng
- 2 chén trái cây
- cơm nóng
- hành lá xắt nhỏ
- dừa nạo; không đường
- Đậu phộng băm nhỏ
- 1 tương ớt

HƯỚNG DẪN

a) Trong lò kiểu Hà Lan, Xào hành tây và bột cà ri trong dầu trên lửa vừa cho đến khi hành tây mềm.

b) Bỏ hành ra khỏi chảo. Tăng nhiệt cho thịt bò nâu và cao trung bình.

c) Cho vào nồi sành, thêm hành tây, thịt bò, muối, hạt tiêu và chất lỏng.

d) Đậy nắp và nấu ở mức THẤP trong 6-8 giờ. Khoảng $\frac{1}{2}$ giờ trước khi phục vụ, thêm trái cây.

e) Bạn có thể làm đặc món hầm bằng hỗn hợp bột ngô nếu chất lỏng quá loãng.

f) Dùng trên cơm nóng với gia vị tùy chọn.

34. Thịt Bê Ý Và Ớt

THÀNH PHẦN

- 1 pound Thịt bê hầm
- 3 quả ớt xanh lớn, thái lát hoặc cắt khúc (bạn có thể dùng nhiều hơn)
- 2 củ hành lớn, thái lát hoặc băm nhỏ
- 1 #2 lon cà chua
- Muối và tiêu
- Mùi tây
- 1 lá nguyệt quế

HƯỚNG DẪN

a)Cắt thịt bê thành từng miếng nhỏ.

b)Đun nóng dầu trong chảo (đủ ngập đáy và để thịt không bị dính).

c)Thêm thịt và nâu tốt.

d)Thêm hành tây và nấu trong vài phút cho đến khi mềm.

e)Đổ cà chua vào. Thêm gia vị và nấu chậm trong ít nhất 1 giờ.

f)Lưu ý: Ớt có thể được chiên riêng và thêm vào hỗn hợp cà chua trong 10-20 phút cuối cùng.

35. cà ri hầm kiểu Thái

Làm cho 4 phần ăn

THÀNH PHẦN

Đối với bột cà ri:

- 6 quả ớt bỏ hạt và bỏ hạt, sấy khô
- 1/2 muỗng cà phê muối, kosher
- 1 x thân cây sả thái khối 1" đã bóc vỏ, 4" đáy
- 2 muỗng canh riềng tươi, gọt vỏ, thái lát
- 2 muỗng canh nghệ tươi, thái lát và gọt vỏ
- 1/2 chén hẹ, xắt nhỏ
- 1/4 chén nửa tép tỏi
- 1 muỗng canh mắm tôm Thái Lan

Đối với món hầm:

- 2 lạng. của miếng thịt bò cắt khối, 1 & 1/2"
- 3 muỗng canh nước tương, Thái
- 2 muỗng canh ớt Thái, xay & sấy khô
- 9 chén nước dùng thịt bò, ít natri
- 1 chén hẹ, giảm một nửa
- 3 củ cà rốt gọt vỏ, bổ đôi theo chiều dọc, cắt ngang, cỡ vừa
- 6 lá chanh kaffir đông lạnh hoặc tươi
- Hai phần ăn: ngò rí & húng quế cắt lát

Hướng:

a)Để chuẩn bị bột cà ri, hãy giã ớt và muối bằng chày trong cối trong 5-6 phút. Lần lượt thêm các thành phần bột nhão khác theo thứ tự được liệt kê ở trên,

nghiền thành từng loại trước khi bạn thêm thành phần tiếp theo. Điều này sẽ mất tổng cộng 15-20 phút.
b)Để chuẩn bị món hầm, trộn bột cà ri với nước tương, thịt bò và ớt trong một cái nồi lớn. Khuấy đều, phủ lớp
c)thịt bò tốt. Thỉnh thoảng khuấy trong khi nấu khoảng 5-6 phút ở lửa vừa . Thêm nước dùng. Đun sôi.
d)Đậy nắp và giảm nhiệt xuống mức trung bình thấp . Thỉnh thoảng khuấy trong khi đun nhỏ lửa trong 2 đến 2 và 1/2 giờ, cho đến khi thịt bò mềm nhưng chưa bị nát.
e)Cho lá chanh, hẹ và cà rốt vào xào cùng. Đun nhỏ lửa trong 10-12 phút, cho đến khi rau vừa mềm. Sử dụng húng quế và rau mùi để trang trí và phục vụ.

36. Dê Hầm Nước Mannish

Thực hiện: 6 phần ăn

THÀNH PHẦN

- 2 pound đầu và chân dê, cắt miếng
- $\frac{1}{2}$ pound bí ngô rửa sạch và thái hạt lựu
- Muối hai phím
- Vài hạt ớt chuông
- 1 pound khoai lang vàng
- 1 chén bột để làm bánh bao
- 2 củ cà rốt gọt vỏ, rửa sạch và thái hạt lựu
- 1 củ khoai tây Ailen gọt vỏ, rửa sạch và thái hạt lựu
- 3 tép tỏi đập giập
- 3 nhánh hành lá
- 3 quả chuối xanh còn vỏ, rửa sạch, thái miếng
- 2 nhánh húng tây xanh tươi
- 1 quả ớt xanh

HƯỚNG DẪN

a) Cho đầu và chân dê vào nồi nước đun sôi.

b) Trên lửa vừa, đun sôi nồi trong 10 đến 15 phút.

c) Thêm một vài hạt pimento và hai tép tỏi.

d) Luộc đầu và chân dê cho đến khi chín một nửa. Để qua một bên.

e) Thêm chuối, bí ngô và cà rốt và đun nhỏ lửa trong 10 phút.

f) Thêm muối và hạt tiêu cho vừa ăn trước khi thêm bánh bao, hành lá, húng tây và ớt cay.

g) Khuấy và giảm nhiệt.

h) Đun nhỏ lửa cho đến khi đặc lại thì tắt bếp.

i) Phục vụ ấm áp.

37. thịt cừu hầm Jamaica

Thực hiện: 6 phần ăn

THÀNH PHẦN

NẤU THỊT

j) 7 cốc nước

k)2 muỗng canh gia vị thịt đỏ bất kỳ

l) 2½ pound thịt cừu

NẤU MÓN

m) 1 pound khoai lang trắng hoặc vàng, xắt nhỏ

n)1 Chocho xắt nhỏ

o)8 nhánh cỏ xạ hương buộc thành bó

p)8 quả pimento

q)1 củ khoai tây

r)2 củ cà rốt xắt nhỏ

s)3 củ hành lá xắt nhỏ

t)1 củ hành tây xắt nhỏ, tùy chọn

u)1 nắp ca-pô scotch

v)hạt tiêu đen, bột tỏi và muối hồng để nếm

w) 5 cốc nước còn lại từ áp suất nấu thịt

x)5 chén thịt cừu

y)3 muỗng canh hỗn hợp hầm bí ngô

CHO BÁNH BAO

z)½ cốc nước

aa) 2 chén bột mì không chứa gluten

bb) ½ muỗng cà phê muối hồng

HƯỚNG DẪN

NẤU MUTTON ÁP LỰC

a) Trong nồi liền, cho thịt cừu vào, nêm muối và tiêu rồi thêm nước.

b) Đậy nắp, chọn "chế độ thịt" và nấu trong 20 phút.

c) Khi bộ đếm thời gian tắt, hãy nhả nhanh và di chuyển van đến vị trí "thông hơi".

ĐỂ LÀM MÓN HẤP

a) Chuyển thịt cừu, 5 cốc nước dùng thịt cừu và 5 cốc nước nấu áp suất vào nồi kho và đun sôi.

b) Khuấy hỗn hợp Chocho, khoai mỡ, khoai tây, cà rốt, hành lá, hành tây, quả pimento, húng tây và gà hầm trước khi vặn lửa xuống mức trung bình hoặc thấp.

ĐỂ LÀM BÁNH BAO

a) Kết hợp bột mì và muối hồng trong một cái bát.

b) Thêm nước vào bát từ từ cho đến khi nó đủ dính để tạo thành một quả bóng bột.

c) Véo một miếng bột nhỏ, lăn nó trong lòng bàn tay để tạo thành những "con quay", sau đó ấn dẹt ra đĩa.

d) Thêm chúng vào nồi khi bạn làm chúng.

e) Thêm nắp ca-pô, đậy nắp một phần nồi và để lửa nhỏ trong tối đa một giờ.

f) Nghiền một phần khoai tây bằng mặt sau của thìa để món hầm đặc hơn.

RAU HẦM

38. Bí đao và khoai tây hầm

Làm cho: 6 phần ăn

THÀNH PHẦN

- 3 củ hành tây, thái nhỏ
- 1 cái ly nước luộc rau
- 1 tép tỏi, băm nhỏ hoặc ép
- Hai lon đậu đen 16 ounce, để ráo nước
- 2 quả chanh, cắt thành hình nêm, để trang trí
- ½ muỗng cà phê mảnh ớt đỏ khô
- ½ muỗng cà phê tiêu xay
- Cà chua lon 16 ounce
- 1 quả bí đỏ, gọt vỏ, bỏ hạt và cắt thành khối
- 1 pound khoai tây Idaho, gọt vỏ và cắt thành khối
- Tiêu hai phím

HƯỚNG DẪN

a)Xào hành tây trong giấm balsamic.

b)Thêm các thành phần còn lại, ngoại trừ chanh, rau mùi tây và đậu đen.

c)Đậy nắp chảo và đun nhỏ lửa trong 20 phút ở nhiệt độ trung bình thấp.

d)Thêm đậu đen và đun nóng trong 10 phút trước khi ăn.

e)Phục vụ với một lát chanh trên cùng.

39. mực hầm

Làm cho: 3 phần ăn

THÀNH PHẦN

- 1 chén nước cốt dừa
- Lá lốt xắt nhỏ
- 3 muỗng canh dầu thực vật
- Muối và hạt tiêu cho vừa ăn
- 2 tép tỏi băm nhỏ
- 2 củ hành tây
- sốt tiêu nóng

HƯỚNG DẪN

a) Trong một cái chảo, đun nóng dầu.
b) Thêm hành tây và tỏi băm nhỏ.
c) Thêm lá callaloo và đảo cho đến khi héo và ngập trong dầu.
d) Thêm nước cốt dừa và đun nhỏ lửa trong 5 phút .
e) Nêm muối và hạt tiêu và phục vụ .

40. Khoai tây cà rốt hầm nấm

Làm cho: 4

THÀNH PHẦN

- 3 củ khoai vàng Yukon
- 2 củ cà rốt lớn, gọt vỏ và thái nhỏ
- 16oz nấm cremini, cắt làm tư
- 1/4 chén bột hạnh nhân
- 3 tép tỏi, băm nhỏ
- 2 muỗng canh tương cà chua
- 2 muỗng canh Worrouershire
- 4 muỗng canh nước luộc rau
- 3 1/2 chén nước luộc rau
- 3 xương sườn cần tây, thái nhỏ
- 1 củ hành vàng, thái nhỏ
- 1 muỗng cà phê cỏ xạ hương khô
- 1/4 chén giấm rượu vang đỏ khô
- Muối và hạt tiêu, hai chìa khóa
- mùi tây tươi để phục vụ

HƯỚNG DẪN

a)Làm ấm nước luộc rau trong nồi lớn. Thêm hành tây, cà rốt, cần tây và nấu ít nhất 5 phút. Nêm muối và nước dùng dự trữ cho một thời điểm khác.

b)Cho nấm và tỏi vào nồi. Nấu thêm 5 phút nữa cho đến khi chất lỏng bắt đầu tiết ra.

c)Kết hợp cỏ xạ hương hoặc oregano, nước sốt Worrouershire, bột cà chua và giấm rượu vang đỏ trong một bát trộn. Nấu khoảng 5 phút, thỉnh thoảng khuấy.

d)Thêm 3 chén nước luộc rau, tiếp theo là khoai tây và lá nguyệt quế. Trong 10 phút, đun sôi ở nhiệt độ thấp.

e)Kết hợp bột mì và $\frac{1}{2}$ chén nước dùng dành riêng trong một bát trộn và đánh cho đến khi mịn. Đổ hỗn hợp vào nồi và khuấy đều.

f)Nấu trên lửa nhỏ cho đến khi nước sốt đặc lại. Nêm muối và hạt tiêu cho vừa ăn. Trang trí với mùi tây trước khi phục vụ.

41. Bí ngô hầm với kem chua

Làm cho: 4

THÀNH PHẦN

- 40g/1½oz bơ
- 2 củ hành tây, xắt nhỏ
- 1 củ cà rốt, xắt nhỏ
- 1 nhánh cần tây, xắt nhỏ
- 3 nhánh hương thảo
- 2 lá nguyệt quế
- 1 tép tỏi, băm nhỏ
- 400g/14oz đậu lăng
- 1,2 lít/2 panh Nước dùng rau củ 2fl oz
- 600g/1lb 5oz bí ngô hoặc bí các loại
- bó rau mùi tây nhỏ, xắt nhỏ
- 2 muỗng canh giấm rượu vang đỏ
- 4 muỗng canh kem chua

HƯỚNG DẪN

a)Trong một chảo lớn làm tan chảy bơ và sau đó thêm hành tây xắt nhỏ, cà rốt và cần tây. Xé hương thảo và một vài lá nguyệt quế và sau vài phút thêm tỏi băm nhỏ. Khi tất cả đã mềm, cho đậu lăng vào và đổ hơn 1 lít/1¾ panh nước dùng rau củ. Đun sôi và sau đó để nhỏ lửa trong khi bạn cho bí ngô

b)Sử dụng nhiều loại bí ngô và bí đao giúp món hầm có hương vị phức tạp hơn. Ở đây tôi sử dụng bí đỏ và bí ngô, nhưng bạn muốn kết thúc với khoảng 600g/1lb 5oz bí ngô đã bóc vỏ thành khối lớn. Thêm chúng vào món hầm, nêm gia vị, sau đó đổ nước vừa đủ ngập tất cả các nguyên liệu. Đậy nắp chảo và để nhỏ lửa trong 30-40 phút

c) Khi món hầm gần sẵn sàng, thêm rau mùi tây xắt nhỏ

d) Để món hầm mềm hơn, hãy lấy một bát nhỏ ra khỏi máy xay thực phẩm và xay nhuyễn với 200ml/2fl oz nước dùng. Đổ lại vào và món hầm trở nên mềm mượt hơn ngay lập tức

e) Dọn món hầm ra bát, kết thúc mỗi món bằng một thìa kem chua mát lạnh

42. Nấm và Jalapeño hầm

Làm cho: 4

THÀNH PHẦN

- 2 muỗng cà phê dầu ô liu
- 1 chén tỏi tây, xắt nhỏ
- 1 tép tỏi, băm nhỏ
- ½ chén cần tây, xắt nhỏ
- ½ chén cà rốt, xắt nhỏ
- 1 quả ớt chuông xanh, xắt nhỏ
- 1 hạt tiêu jalapeño, xắt nhỏ
- 2 ½ chén nấm, thái lát
- 1 ½ chén nước dùng rau củ
- 2 quả cà chua, xắt nhỏ
- 2 nhánh húng tây, xắt nhỏ
- 1 nhánh hương thảo, xắt nhỏ
- 2 lá nguyệt quế
- ½ muỗng cà phê muối
- ¼ muỗng cà phê tiêu đen xay
- 2 muỗng canh giấm

HƯỚNG DẪN

a)Đặt một cái nồi trên lửa vừa và làm ấm dầu.
b)Thêm tỏi và tỏi tây và xào cho đến khi mềm và mờ.
c)Thêm hạt tiêu đen, cần tây, nấm và cà rốt.
d)Nấu khi bạn khuấy trong 12 phút; khuấy trong một giọt rau củ để đảm bảo không có dính.
e)Khuấy trong phần còn lại của các thành phần.
f)Đặt nhiệt ở mức trung bình; để lửa nhỏ trong 25 đến 35 phút hoặc cho đến khi chín hẳn.

g)Chia ra từng bát và dùng nóng.

43. Đậu Hũ Xào Măng Tây

Làm cho: 4

THÀNH PHẦN

- 1 pound măng tây, cắt bỏ thân
- 2 muỗng canh dầu ô liu
- 2 khối đậu phụ, ép và cắt khối
- 2 tép tỏi, băm nhỏ
- 1 muỗng cà phê hỗn hợp gia vị Cajun
- 1 muỗng cà phê mù tạt
- 1 quả ớt chuông, xắt nhỏ
- $\frac{1}{4}$ chén nước luộc rau
- Muối và hạt tiêu đen, để hương vị

HƯỚNG DẪN

a) Dùng một cái chảo lớn với nước muối nhạt, cho măng tây vào và nấu cho đến khi mềm trong 10 phút; làm khô hạn.

b) Đặt chảo ở nhiệt độ cao và làm ấm dầu ô liu; khuấy khối đậu phụ và nấu trong 6 phút.

c) Cho tỏi vào và nấu trong 30 giây cho đến khi mềm.

d) Cho các nguyên liệu còn lại vào khuấy đều, kể cả măng tây để riêng và nấu thêm 4 phút.

e) Chia giữa các đĩa và phục vụ.

44. Cắm trại Soba Shiitake hầm

Thực hiện: 2-4 phần ăn

THÀNH PHẦN

- 1-2 củ hành tây, cắt làm tám
- 2-4 củ cà rốt cỡ trung bình, cắt thành lát nửa inch hoặc hơn
- 1 gói mì soba jinenjo
- 1 ounce nấm shiitake khô
- 1 muỗng canh bột protein
- chút muối biển

HƯỚNG DẪN

a)Cho hành tây và cà rốt đã cắt vào nước và đun sôi. Giảm nhiệt và nấu cho đến khi hành tây và cà rốt gần mềm.

b)Thêm bột protein và muối. Khuấy. Thêm soba Nấu thêm vài phút nữa tùy thuộc vào độ cao cho đến khi soba mềm nhưng không nhũn; tắt đầu đốt

c)Cho nấm đông cô lên trên. Khuấy nhẹ. Khi shiitake được làm ẩm hoàn toàn, khuấy kỹ vào món hầm.

d)Để yên cho đến khi soba sẵn sàng (al dente, hoặc mềm hơn nếu bạn thích) khuấy lại và phục vụ.

e)Món hầm này rất phù hợp cho bữa sáng trước khi yêu cầu đi bộ đường dài hoặc leo núi, và cũng hoàn hảo trước khi nghỉ hưu ở nhiệt độ dưới mức đóng băng (có hoặc không có lửa trại ấm ầm).

45. rau điều hầm

làm cho: 3

THÀNH PHẦN

- 1½ chén bông cải xanh
- 1½ chén hoa súp lơ
- 1 củ hành tây thái lát lớn
- ¼ muỗng cà phê gừng tươi, nạo
- 2 tép tỏi, băm nhỏ
- Chút muối
- Nhúm hạt tiêu đen
- 2 chén nước luộc rau
- 1 pound hạt điều
- 1 muỗng cà phê bột thì là
- 1 muỗng cà phê ớt cayenne
- 1 muỗng canh nước cốt chanh, mới vắt
- 1 muỗng cà phê vỏ chanh tươi, nạo

HƯỚNG DẪN

a) Xào hành tây trong một ít nước khoảng 3 phút.
b) Thêm tỏi, gừng và gia vị .
c) Đun sôi với 1 chén nước dùng.
d) Thêm rau và đun sôi lại.
e) Nấu, thỉnh thoảng khuấy, trong 15 đến 20 phút với nắp đậy.
f) Tắt bếp sau khi thêm nước cốt chanh.
g) Ăn nóng với hạt điều và vỏ chanh.

46. Súp đậu bắp

THÀNH PHẦN

- 1 chén dầu cọ đỏ hoặc dầu đậu phộng
- 1 lb thịt hầm, hình khối
- 1 củ hành tây, bóc vỏ và thái nhỏ
- 1 quả ớt đỏ ngọt, xắt nhỏ
- 1 quả ớt
- Nước
- 1 con cá khô hoặc hun khói, làm sạch, bỏ xương, chia thành từng miếng
- $\frac{1}{2}$ lb cá tươi, cắt miếng vừa ăn (tùy chọn)
- 2 lbs rau xanh, bỏ cuống, làm sạch, rửa sạch và thái nhỏ
- 1 $\frac{1}{2}$ lbs đậu bắp, bỏ đầu và cắt thành miếng
- một hoặc hai viên nước dùng gà hoặc thịt bò
- ớt cayenne hoặc ớt đỏ, và muối (để nếm)

HƯỚNG DẪN

a) Đun nóng khoảng một phần tư lượng dầu trong nồi. Chiên thịt cho đến khi chín vàng. Thêm hành tây và hạt tiêu và chiên thêm một hoặc hai phút nữa.

b) Thêm tất cả các thành phần còn lại, và đun sôi. Giảm nhiệt và đun nhỏ lửa trong một đến hai giờ, cho đến khi mọi thứ đều mềm.

c) Khi súp đã giảm theo ý thích của bạn, hãy khuấy thêm dầu cọ (nếu muốn) và đun nhỏ lửa thêm mười đến hai mươi phút nữa.

47. Cà Tím Và Cơm Provencale

THÀNH PHẦN

- 1 quả cà tím lớn, khoảng 2 pounds
- 4 muỗng canh dầu ô liu
- 3 chén hành tây xắt nhỏ
- 1 quả ớt xanh, bỏ lõi và hạt, cắt thành khối 1 inch
- 2 tép tỏi băm nhỏ
- 1 muỗng cà phê húng tây tươi xắt nhỏ hoặc $\frac{1}{2}$ muỗng cà phê húng tây khô
- 1 lá nguyệt quế
- 3 quả cà chua, gọt vỏ, bỏ lõi và thái nhỏ
- 1 chén gạo sống
- $3\frac{3}{4}$ chén nước dùng gà
- Muối và hạt tiêu đen
- $\frac{1}{2}$ chén phô mai parmesan nạo
- 2 muỗng canh bơ

HƯỚNG DẪN

a) Làm nóng lò ở 400 độ. Cắt bỏ phần cuối của cà tím và cắt chúng thành những khối vuông 1 inch.

b) Đun nóng dầu trong chảo lớn và thêm khối cà tím. Nấu trên lửa lớn, thỉnh thoảng lắc chảo.

c) Thêm hành tây, ớt xanh, tỏi, húng tây và lá nguyệt quế, khuấy đều.

d) Khuấy cà chua và giảm nhiệt,

e) Đun nhỏ lửa trong 5 phút hoặc cho đến khi hầu hết chất lỏng trong chảo đã bay hơi.

f) Lưu ý: Các nguyên liệu phải được hầm cho đến khi khá đặc.

g) Khuấy gạo và nước dùng gà.

h)Nêm với muối và hạt tiêu.

i) Thìa hỗn hợp vào đĩa nướng và rắc phô mai,

j) Chấm với bơ và nướng, không đậy nắp, trong 30 phút.

48. Hầm đậu với bánh bao

Khẩu phần: 4

THÀNH PHẦN

- 1 chén đậu pinto khô, ngâm qua đêm
- 1 củ hành tây, lớn
- 1 củ cà rốt, lớn
- 3 tép tỏi
- 1 nhánh hành lá
- 1 muỗng cà phê húng tây
- ½ muỗng cà phê hạt tiêu, xay
- 1 muỗng canh gia vị đa năng
- Muối và hạt tiêu cho vừa ăn
- 1 hạt tiêu scotch, toàn bộ
- 1 cốc nước cốt dừa
- 1 muỗng canh dầu, tùy chọn

BÁNH BAO KHÔNG GLUTEN

- 1½ muỗng canh. bột gạo trắng
- 1½ muỗng canh. bột kiều mạch
- 1 muỗng canh tinh bột khoai tây
- ½ muỗng canh bột năng
- 1 muỗng canh bột hạnh nhân
- ¼ muỗng cà phê muối
- 2 muỗng canh. Nước

HƯỚNG

a)Vớt đậu đã ngâm ra và cho vào nồi áp suất. Đổ đầy nước ngọt, khoảng một inch trên đậu. Đậy nắp và nấu trong khoảng 20 đến 25 phút.

b)Trong khi đó, băm nhỏ hành tây, tỏi, cà rốt và hành lá rồi cho vào tô.

c)Trong một bát khác, kết hợp tất cả các nguyên liệu khô để làm bánh bao. Dần dần thêm nước, trộn sau mỗi lần đổ, cho đến khi bột cứng bắt đầu hình thành.

d)Chia bột thành khoảng 8 đến 10 phần nhỏ hơn. Cuộn từng mảnh giữa hai lòng bàn tay của bạn theo hình dây thừng dài 3 inch hoặc có kích thước bằng ngón tay út của bạn. Đặt bánh bao sang một bên trên đĩa.

e)Khi đậu đã chín, để nồi áp suất xả hết áp suất trước khi mở. Bạn có thể chạy nồi dưới vòi nước mát để giúp đỡ.

f)Tháo nắp và thêm gia vị xắt nhỏ và gia vị còn lại.

g)Thêm nước cốt dừa, bánh bao và đun trên lửa nhỏ trong 10 phút.

h)Cho bánh bao vào nấu thêm 5 phút cho đến khi bánh bao chín hoàn toàn. Nếu nước hầm quá đặc, thêm nước nếu cần.

i) Loại bỏ nhiệt. Ăn với cơm và rau hấp hoặc bơ.

49. hầm bí ngô

Làm cho: 3 cốc

THÀNH PHẦN

- $1\frac{1}{2}$ chén nước dùng gà
- 1 cốc nước bí ngô
- $\frac{1}{2}$ muỗng cà phê gừng tươi băm nhỏ
- 2 tép tỏi nướng, băm nhỏ
- $\frac{1}{2}$ muỗng cà phê muối
- $\frac{1}{2}$ thìa cà phê tiêu
- $\frac{1}{4}$ muỗng cà phê quế
- 4 muỗng canh Bơ
- $\frac{1}{2}$ cốc kem béo
- 4 lát thịt xông khói
- $\frac{1}{4}$ củ hành tây, xắt nhỏ
- $\frac{1}{4}$ muỗng cà phê rau mùi
- 1/8 muỗng cà phê nhục đậu khấu
- 1 lá nguyệt quế
- 3 muỗng canh Mỡ Bacon còn sót lại

HƯỚNG DẪN

a) Đặt bơ vào một cái nồi lớn trên lửa nhỏ và để bơ tan chảy hoàn toàn.

b) Thêm hành tây, gừng và tỏi và khuấy đều.

c) Để món này xào trong hai đến ba phút hoặc cho đến khi hành trở nên trong mờ.

d) Thêm gia vị vào chảo và để chúng nấu trong 1-2 phút.

e) Khuấy đều hành tây, gia vị và bí đỏ trong chảo.

f) Khuấy $1\frac{1}{2}$ chén nước dùng gà vào chảo.

g)Đun sôi, giảm nhiệt và đun nhỏ lửa trong 20 phút.

h)Đập chúng bằng máy xay sinh tố.

i) Nấu thêm 20 phút nữa.

j) Trong khi chờ đợi, nấu 4 miếng thịt xông khói trên lửa vừa.

k)Khi món hầm đã nấu xong, thêm $\frac{1}{2}$ chén kem nặng và dầu thịt xông khói.

l) Trộn đều.

m) Rắc thịt xông khói vụn lên trên món hầm.

n)Ăn kèm với 2 thìa kem chua và rau mùi tây.

50. bí hầm

Làm cho: 4 phần ăn

THÀNH PHẦN

- 1 củ hành tây, bóc vỏ và thái nhỏ
- 1 củ cà rốt, gọt vỏ và xắt nhỏ
- 1 quả jalapeño, tiêu, bỏ hạt, thái nhỏ
- 1 bí spaghetti, bóc vỏ và thái hạt lựu
- 3 chén nước dùng gà
- 3 muỗng canh bơ
- 2 muỗng cà phê thì là
- 2 muỗng cà phê rau mùi
- ½ muỗng cà phê bột quế
- ½ muỗng cà phê ớt cayenne
- ½ thìa ớt bột
- Nước ép của 1 quả cam
- Nước cốt của 1 quả chanh

KEM ANCHO

- 4 muỗng canh kem chua
- Muối
- 3 quả ớt Ancho, cắt đôi, bỏ cuống và bỏ hạt
- 6 muỗng canh sữa hạnh nhân
- Hạt tiêu
- nước chanh để hương vị

HƯỚNG DẪN

a) Trong một cái nồi nặng, xào hành tây, cà rốt và ớt Jalapeno trong bơ cho đến khi mềm.

b)Nêm thì là, rau mùi, quế, cayenne và bột ớt.

c) Thêm bí và nấu thêm hai phút ở nhiệt độ thấp trước khi thêm nước dùng, nước cam và nước cốt chanh vào hỗn hợp.
d)Đun nhỏ lửa trong khoảng nửa giờ, hoặc cho đến khi bí mềm. Cho phép làm mát.
e) Xay nhuyễn hỗn hợp trong máy xay thực phẩm hoặc máy xay ngâm.
f) Cho món hầm trở lại chảo, nêm muối và hạt tiêu.
g) Khuấy kem Ancho.
h) Trang trí với kem chua đã được làm loãng với một ít kem nặng.

51. Cơm hầm cà chua Choka

Làm cho: 4 phần ăn

THÀNH PHẦN

- 3 quả cà chua
- 1 củ hành tây
- 4 tép tỏi
- 2 muỗng canh dầu ô liu
- 4 chén nước dùng gà
- $\frac{1}{4}$ hạt tiêu scotch
- 1 chén gạo lức luộc
- 1 muỗng canh rau mùi tây xắt nhỏ
- $\frac{1}{4}$ muỗng cà phê tiêu đen
- $\frac{1}{4}$ muỗng cà phê muối
- $\frac{1}{2}$ muỗng cà phê húng tây
- 1 muỗng canh bột cà chua
- $\frac{1}{2}$ muỗng cà phê đường nâu
- nhúm rau mùi đất

HƯỚNG DẪN

a)Cho cà chua chín và ớt scotch nguyên hạt vào vỉ nướng trong khoảng 2-3 phút, và cà chua trong khoảng 20-30 phút.

b)Khi chúng đủ nguội để xử lý, hãy loại bỏ lớp da cháy thành than và thái nhỏ.

c)Đun nóng dầu ô liu và nhẹ nhàng xào hành tây thái hạt lựu, húng tây và tỏi trong khoảng 4 phút.

d)Thêm bột cà chua và nấu thêm 2-3 phút nữa.

e)Bây giờ tăng nhiệt và thêm tất cả các thành phần khác trừ gạo. Đun sôi.

f) Thêm gạo và đun nhỏ lửa trong 20-25 phút.

g)Cho một ít mùi tây xắt nhỏ lên trên và dùng với bánh mì.

HẦM CÂY ĐẬU VÀ HẠT

52. Đậu Hầm Nước Dừa

Làm cho: 6 phần ăn

THÀNH PHẦN

ĐẬU HẠT

- 2 chén đậu thận khô, ngâm qua đêm
- 6 cốc nước
- 1-14 ounce lon nước cốt dừa
- 1 củ hành tây, xắt nhỏ
- 2 tép tỏi, băm nhỏ
- 2 muỗng cà phê muối, hoặc nếm thử
- $\frac{1}{2}$ thìa húng tây khô, hoặc 1 nhánh húng tây tươi
- 1 củ cà rốt vừa, cắt thành đồng xu
- 1 nhánh tiêu Scotch Bonnet còn nguyên vẹn, hoặc $\frac{1}{4}$ muỗng cà phê ớt cayenne
- $\frac{1}{4}$ muỗng cà phê gừng tươi, nạo
- $\frac{1}{4}$ muỗng cà phê tiêu xay hoặc 6 quả mọng
- 1 mẻ há cảo/bánh cuốn

BÚP BÊ/BÁNH QUAY

- $\frac{1}{2}$ chén bột mì
- $\frac{1}{4}$ cốc nước lạnh
- $\frac{1}{4}$ muỗng cà phê muối

HƯỚNG DẪN

ĐỐI VỚI ĐẬU NÀNH HẤP

a) Cho nước vào nồi, đun sôi đậu.

b) Đun đậu trong 1 giờ hoặc cho đến khi chúng mềm.

c) Thêm nước cốt dừa, cà rốt, hành tây và tỏi.

d) Thêm rau câu, cỏ xạ hương và các loại gia vị khác, nấu thêm 30 phút nữa.

e)Trước khi phục vụ, ném hạt tiêu.

f)Ngon tuyệt khi ăn kèm với salad và cơm gạo lứt!

CHO BÁNH BAO

a)Kết hợp muối và bột mì trong một cái bát.

b)Để tạo ra một loại bột cứng, thêm nước và kết hợp.

c)Tạo thành những chiếc bánh bao dài, mỏng, tách từng miếng bột nhỏ và lăn chúng giữa hai lòng bàn tay.

d)Thả vào hầm sôi.

53. Curry Chana hầm từ Trinidad

Làm cho: 6 cốc

THÀNH PHẦN

- 4 chén đậu xanh, ngâm qua đêm
- 1 quả ớt serrano, bỏ hạt và băm nhỏ
- 3 muỗng cà phê bột cà ri
- 1 muỗng canh dầu ô liu
- 1 củ hành vàng
- $\frac{1}{4}$ muỗng cà phê methi/cây hồ đào
- $1\frac{1}{4}$ chén nước, chia
- 3 tép tỏi, băm nhỏ
- $\frac{1}{2}$ muỗng cà phê bột nghệ
- $\frac{1}{2}$ muỗng cà phê thì là
- $\frac{1}{2}$ muỗng cà phê muối
- 2 muỗng canh rau mùi, xắt nhỏ

HƯỚNG DẪN

a)Luộc đậu xanh trong nước trong 1 tiếng rưỡi hoặc cho đến khi chúng mềm.

a)Xả đậu trong khi tiết kiệm chất lỏng nấu ăn.

b)Trong một cái nồi trên lửa vừa và cao, đun nóng dầu ô liu.

c)Thêm các lát hành tây và nấu trong 5 phút hoặc cho đến khi trong suốt.

d)Thêm ớt serrano và tỏi, nấu thêm 2 đến 3 phút hoặc cho đến khi có mùi thơm.

e)Khuấy bột cà ri, thì là, nghệ và methi trong khoảng 30 giây.

f)Đổ vào $\frac{1}{4}$ cốc nước, nước nấu đậu xanh hoặc nước dùng trong khi khuấy hỗn hợp.
g)Thêm đậu gà đã nấu chín và đun nhỏ lửa trong 5 phút ở nhiệt độ thấp.
h)Tháo nắp ra khỏi nồi, thêm muối và tiếp tục đun nhỏ lửa trong 20 phút nữa.
i) Cho rau mùi lên trên và dùng với cơm gạo lứt.

54. Đậu xanh hầm khoai lang

Làm cho: 4

THÀNH PHẦN

- 15oz đậu xanh, để ráo nước và rửa sạch
- 2 chén khoai lang, gọt vỏ và thái hạt lựu
- 4 muỗng canh nước luộc rau
- 15oz cà chua nghiền rang lửa, 1 hộp
- 3 tép tỏi, băm nhỏ
- 1 củ hành tây nhỏ, thái hạt lựu
- 1 muỗng cà phê gừng, băm nhỏ
- 3 chén nước luộc rau
- 5oz rau bina tươi
- 1/4 muỗng cà phê rau mùi khô
- 1/8 muỗng cà phê cayenne
- 1 muỗng canh ớt bột ngọt
- 1/2 muỗng cà phê thì là

HƯỚNG DẪN

a) Trong một nồi lớn hoặc lò nướng, đun nóng nước luộc rau trên lửa vừa. Sau khi nước dùng sôi, nấu hành tây trong 4-5 phút hoặc cho đến khi nó trong mờ.

b) Khuấy tỏi và gừng trong ít nhất 2 đến 3 phút. Thỉnh thoảng nấu và khuấy cho đến khi có mùi thơm, sau đó thêm ớt bột ngọt, thìa là, rau mùi và ớt cayenne.

c) Cho đậu xanh, khoai lang, cà chua nghiền và nước luộc rau vào nồi đun sôi. Giảm nhiệt xuống mức trung bình thấp và để khoai lang nấu trong 15-20 phút hoặc cho đến khi mềm.

d)Khuấy rau bina cho đến khi mềm. Phục vụ ngay lập tức.

55. Đậu xanh & hầm Farro

Làm cho: 4

THÀNH PHẦN

- 3 chén đậu gà nấu chín
- 1/2 chén farro trân châu
- 1 củ cà rốt vừa, thái hạt lựu
- Hộp cà chua 14,5oz, thái hạt lựu
- 2 tép tỏi, băm nhỏ
- 3 1/2 chén nước luộc rau
- 4 muỗng canh nước luộc rau
- 1 nhánh hương thảo
- 1 củ hành vừa, thái hạt lựu
- 1 nhánh cần tây, thái hạt lựu
- 1/4 muỗng cà phê tiêu đen mới xay
- 1/2 thìa cà phê muối
- 1/3 chén pho mát làm từ thực vật mới xay
- 2 chén lá rau bina gói nhẹ, xắt nhỏ

HƯỚNG DẪN

a) Trong máy xay sinh tố, kết hợp 1 chén đậu xanh và $\frac{1}{2}$ chén nước luộc rau để tạo thành hỗn hợp nhuyễn mịn.

b) Trong một cái nồi, đun nóng nước luộc rau trên lửa vừa. Khi nước dùng sôi, thêm hành tây, cà rốt và cần tây. Nấu từ 6 đến 8 phút, thỉnh thoảng khuấy cho đến khi rau mềm.

c) Nấu tỏi trong một phút. Sau đó, thêm 2 chén đậu xanh còn lại, 3 chén nước dùng còn lại, cà chua và nước ép của chúng, lá hương thảo, muối và hạt tiêu. Khuấy chúng để kết hợp.

d)Đun sôi, sau đó giảm xuống mức trung bình thấp và nấu trong 15 phút.

e)Tăng nhiệt lên mức trung bình cao và thêm farro.

f)Để súp sôi, sau đó giảm nhiệt xuống mức trung bình thấp và nấu. Thỉnh thoảng khuấy trong ít nhất 20 phút hoặc cho đến khi farro mềm.

g)Loại bỏ nhánh hương thảo và khuấy trong rau bina. Nấu thêm ít nhất 1 đến 2 phút, sau đó thêm đậu xanh xay nhuyễn vào. Phục vụ ngay lập tức.

56. Đậu & Chorizo hầm

làm cho: 3

THÀNH PHẦN

- 1 củ cà rốt (thái hạt lựu)
- 3 muỗng canh dầu ô liu
- 1 củ hành tây cỡ vừa
- 1 quả ớt chuông đỏ
- 400g đậu fabes khô
- 300 gram xúc xích chorizo
- 1 quả ớt chuông xanh
- 1 chén mùi tây (thái nhỏ)
- 300g cà chua (thái hạt lựu)
- 2 chén nước dùng gà
- 300 gram đùi gà (phi lê)
- 6 tép tỏi
- 1 củ khoai tây cỡ vừa (thái hạt lựu)
- 2 thìa húng tây
- 2 muỗng canh muối để nếm
- 1 muỗng canh hạt tiêu

HƯỚNG DẪN

a)Trong chảo, đổ dầu thực vật. Cho hành tây vào. Để thời gian chiên 2 phút trên lửa vừa.

b)Trong một bát trộn lớn, kết hợp tỏi, cà rốt, ớt chuông, chorizo và đùi gà. Cho phép 10 phút để nấu ăn.

c)Cho cỏ xạ hương, nước dùng gà, đậu, khoai tây, cà chua, rau mùi tây vào, nêm muối và tiêu vừa ăn.

d)Nấu trong 30 phút hoặc cho đến khi đậu mềm và nước hầm đặc lại.

57. Đậu lăng hầm khoai lang

Làm cho: 6

THÀNH PHẦN

- Rau mùi tươi (băm nhỏ) 1/4 chén
- Nước luộc rau $5\frac{1}{4}$ cốc
- Ớt cayenne 1/4 muỗng cà phê
- Gừng xay 1/4 muỗng cà phê
- Thì là, xay 1/2 muỗng cà phê
- Tỏi tép (băm nhỏ) 4
- Hành tây, vừa (thái nhỏ) 1
- Cà rốt, vừa (cắt miếng 1 inch) 3
- Đậu lăng khô (rửa sạch) $1\frac{1}{2}$ cốc
- Khoai lang, vừa $2\frac{1}{4}$ cốc

HƯỚNG DẪN

a) Lấy một cái nồi 3 lít (chậm) và thu thập chín nguyên liệu cuối cùng.

b) Nấu chúng nhưng không đậy nắp.

c) Nấu trên ngọn lửa nhỏ trong 5 đến 6 giờ cho đến khi đậu lăng và rau trở nên mềm. Trộn vào đó rau mùi.

58. Hầm đậu đỏ từ Jamaica

Làm cho: 4 phần ăn

THÀNH PHẦN

- 1 củ hành vàng, xắt nhỏ
- 2 củ cà rốt, cắt thành lát
- 1/2 cốc nước
- lon nước cốt dừa 13,5 ounce
- 2 tép tỏi, băm nhỏ
- 1/4 thìa cà phê tiêu đen
- 1 củ khoai lang, gọt vỏ và thái hạt lựu
- 3 chén đậu đỏ nấu chín, để ráo nước và rửa sạch
- 1 muỗng canh dầu ô liu
- 1 muỗng cà phê bột cà ri nóng hoặc nhẹ
- 1 muỗng cà phê cỏ xạ hương khô
- 1/4 thìa cà phê hạt tiêu xay
- 1/2 thìa cà phê muối natri thấp
- Cà chua thái hạt lựu 14,5 ounce, để ráo nước

HƯỚNG DẪN

a) Đun nóng dầu trong chảo và nấu hành tây và cà rốt trong khoảng 4 phút.

b) Thêm tỏi, khoai lang và ớt đỏ, tiếp theo là đậu tây, cà chua, bột cà ri, cỏ xạ hương, tiêu, muối và tiêu đen.

c) Khuấy nước và đun nhỏ lửa, đậy nắp trong 30 phút.

d) Cuối cùng cho nước cốt dừa vào khuấy đều.

59. Lúa mạch và rau hầm mùa đông

Làm cho 4 phần ăn

THÀNH PHẦN

- 1 muỗng canh dầu ô liu
- 2 củ cà rốt vừa, xắt nhỏ
- 1 củ hành vàng vừa, xắt nhỏ
- 1 xương sườn cần tây, xắt nhỏ
- 2 tép tỏi, băm nhỏ
- $\frac{3}{4}$ chén lúa mạch ngọc trai
- 4 chén bắp cải thái nhỏ
- 1 củ khoai tây nâu vừa, gọt vỏ và cắt thành viên xúc xắc 1/2-inch
- 1 chén cremini thái lát hoặc nấm trắng
- 1 muỗng canh nước tương
- 1 muỗng cà phê cỏ xạ hương khô
- 2 muỗng cà phê thì là khô
- Muối và hạt tiêu đen mới xay
- 3 chén nước luộc rau

HƯỚNG DẪN

a) Trong một cái chảo lớn, đun nóng dầu trên lửa vừa. Thêm cà rốt, hành tây và cần tây. Đậy nắp và nấu cho đến khi mềm, khoảng 10 phút.

b) Thêm tỏi và nấu cho đến khi thơm, 1 phút.

c) Thêm lúa mạch, bắp cải, khoai tây, nấm, nước tương, cỏ xạ hương, thì là, muối và hạt tiêu cho vừa ăn. Khuấy nước dùng và đun sôi.

d)Giảm nhiệt xuống thấp, thêm đậu và đun nhỏ lửa, không đậy nắp, cho đến khi lúa mạch chín và rau mềm, khoảng 45 phút.
e)Nếm thử, điều chỉnh gia vị nếu cần, tùy thuộc vào độ mặn của nước dùng của bạn. Phục vụ ngay lập tức.

60. Đậu & Chorizo hầm

làm cho: 3

THÀNH PHẦN

- 1 củ cà rốt (thái hạt lựu)
- 3 muỗng canh dầu ô liu
- 1 củ hành tây cỡ vừa
- 1 quả ớt chuông đỏ
- 400g đậu fabes khô
- 300 gram xúc xích chorizo
- 1 quả ớt chuông xanh
- 1 chén mùi tây (thái nhỏ)
- 300g cà chua (thái hạt lựu)
- 2 chén nước dùng gà
- 300 gram đùi gà (phi lê)
- 6 tép tỏi
- 1 củ khoai tây cỡ vừa (thái hạt lựu)
- 2 thìa húng tây
- 2 muỗng canh muối để nếm
- 1 muỗng canh hạt tiêu

HƯỚNG DẪN

e)Trong chảo, đổ dầu thực vật. Cho hành tây vào. Để thời gian chiên 2 phút trên lửa vừa.

f)Trong một bát trộn lớn, kết hợp tỏi, cà rốt, ớt chuông, chorizo và đùi gà. Cho phép 10 phút để nấu ăn.

g)Cho cỏ xạ hương, nước dùng gà, đậu, khoai tây, cà chua, rau mùi tây vào, nêm muối và tiêu vừa ăn.

h)Nấu trong 30 phút hoặc cho đến khi đậu mềm và nước hầm đặc lại.

61. Hầm đậu lăng nhạt

THÀNH PHẦN

- 250 g đậu lăng nâu
- 1 quả bí xanh
- 2 củ cà rốt
- 1 củ hành tây
- 1 tép tỏi
- 1 lá nguyệt quế
- 2 nhánh cà chua nhỏ
- 1 miếng gừng
- 3 muỗng cà phê dầu ô liu
- 2 nhánh rau mùi hoặc mùi tây
- Muối và tiêu

HƯỚNG DẪN

d)Chuẩn bị rau. Đầu tiên, bạn bóc vỏ hành và tỏi rồi băm nhỏ. Sau đó, gọt vỏ gừng và thái nhỏ. Và cuối cùng, gọt vỏ cà rốt, rửa sạch bí xanh, bỏ hạt và cắt thành khối vuông.

e)Xào các loại rau củ. Đun nóng 2 muỗng cà phê dầu trong chảo, thêm một nửa số hành tây và tỏi và nấu trong khoảng 3 hoặc 4 phút hoặc lâu hơn. Sau đó thêm gừng, lá nguyệt quế, cà rốt và bí ngòi vào xào một chút.

f)Nấu đậu lăng. Sau khi xào rau, thêm đậu lăng. Đậy nắp với $\frac{3}{4}$ lít (750 ml) nước và nấu trên lửa nhỏ trong 45 phút cho đến khi đậu lăng mềm và để riêng.

LẮP RÁP TẤM

g)Cuối cùng, rửa sạch cà chua và thái nhỏ. Trộn chúng với phần hành và tỏi còn lại, nêm muối, tiêu và dầu còn lại. Chia đậu lăng thành 4 bát hoặc tô, thêm cà chua băm và một ít lá rau mùi hoặc rau mùi tây.

h)Và nếu bạn muốn có một phiên bản tươi và cực nhanh, thay vì hầm đậu lăng, bạn có thể mua chúng đã được nấu chín và làm món salad.

i) Bạn phải xào rau một chút, nhưng không quá nhiều để chúng vẫn còn nguyên vị. Và trộn chúng với đậu lăng đã được nấu chín và để ráo nước, và cà chua băm.

62. đậu đen hầm đậu lăng

THÀNH PHẦN

- 1 củ hành vừa, xắt nhỏ
- 1 củ cà rốt vừa, xắt nhỏ
- 1 củ khoai tây vừa, hình khối
- 5 cốc nước
- 1 chén đậu lăng khô
- 1 chén súp đậu đen
- 2 muỗng canh nước sốt nóng

HƯỚNG DẪN

a) Cho hành tây và khoai tây vào nồi đun với nước. Đun sôi trong 2 phút.

b) Thêm cà rốt. Đun sôi trong 2 phút.

c) Khuấy trong mảnh. Tắt lửa, đậy nắp và để hơi nước trong 5 phút. Dùng thìa khuấy đều và thêm nước nếu cần.

d) Thêm nước sốt nóng và phục vụ.

63. Hầm đậu lăng & bí đỏ

Làm cho: 4

THÀNH PHẦN

- 225g đậu lăng nâu, ngâm
- 2 củ hành nâu
- 750ml nước dùng rau củ không lúa mì
- 4 củ cà rốt
- ½ quả bí đỏ
- 1 củ khoai lang
- 2 củ khoai tây trắng
- 1 nhánh cần tây
- Một nắm đậu Hà Lan tươi
- Một nắm cải xoong
- 2 muỗng canh thì là tươi
- 1 muỗng cà phê nước sốt tamari

HƯỚNG DẪN

a) Mang đến nước dùng và hành tây để đun sôi trong chảo.

b) Thêm đậu lăng, khoai tây, bí và cà rốt và đun nhỏ lửa trong 15 phút.

c) Cho cần tây, đậu Hà Lan tươi, lá và thì là vào.

64. Thung lũng Ashwagandha

Làm cho: 4

THÀNH PHẦN

THÀNH PHẦN DAL (LENTIL CURRY)

- 2 muỗng cà phê dầu dừa hữu cơ nguyên chất
- 1 củ hành vừa hữu cơ, xúc xắc nhỏ
- bột cà ri hữu cơ
- 2 muỗng cà phê ashwagandha tự nhiên
- 1 muỗng cà phê tamari hữu cơ hoặc aminos dừa hữu cơ
- 1 muỗng cà phê xi-rô cây thích hữu cơ
- 1 muỗng cà phê nước cốt me hữu cơ
- 1 quả cà chua hữu cơ vừa, xắt nhỏ
- $\frac{1}{2}$ chén đậu xanh hữu cơ hoặc các loại đậu khác, cắt làm đôi
- $\frac{3}{4}$ chén đậu lăng đỏ hữu cơ (masoor dal)
- 3-4 cốc nước dùng xương bò được nuôi trên đồng cỏ hoặc chất lỏng bạn chọn
- 1 muỗng cà phê tương miso hữu cơ
- 2 cọng cải xoăn hữu cơ, xắt nhỏ
- ⅓ chén bơ dừa hữu cơ hoặc sữa chua dừa/kefir
- muối biển và hạt tiêu đen hữu cơ để nếm thử
- rau mùi hữu cơ tươi xắt nhỏ và nước chanh hữu cơ mới vắt để phục vụ

GIA VỊ NHIỆT

- 1 muỗng canh dầu dừa hữu cơ nguyên chất
- 1 Kashmiri hữu cơ hoặc ớt khô khác
- 1 muỗng cà phê hạt mù tạt hữu cơ

- 1 muỗng cà phê hạt cỏ cà ri hữu cơ
- 6 lá cà ri hữu cơ khô hoặc tươi

HƯỚNG DẪN

a)Đầu tiên, làm bột cà ri. Cho tất cả nguyên liệu cà ri vào máy xay thực phẩm: chanh, gừng, tỏi, ớt, thìa là, lá cà ri, sả, dừa nạo, muối biển và tiêu đen. Thêm $\frac{1}{2}$ cốc nước để pha loãng. Xay hỗn hợp trong vài phút cho đến khi bạn có được một hỗn hợp sệt giống như bột nhão, thỉnh thoảng dừng lại để cạo xuống hai bên. Thêm một vài giọt nước nữa nếu cần để có được độ đặc mong muốn. Chuyển bột cà ri đã hoàn thành vào một cái bát nhỏ và đặt sang một bên.

b)Làm món dal (cà ri đậu lăng). Đun nóng dầu dừa trong một cái nồi lớn có đáy dày trên lửa vừa. Thêm hành tây và xào cho đến khi mềm và mờ, khoảng 4 phút.

c) Thêm tất cả bột cà ri vào và tiếp tục khuấy đều để phủ đều hành tây. Khuấy cho đến khi gia vị có mùi thơm, khoảng 30 giây.

d)Thêm ashwagandha, tamari, xi-rô phong, me, cà chua, đậu xanh và đậu lăng đỏ, khuấy đều để dầu và gia vị phủ đều lên chúng. Cạo bất kỳ mảnh màu nâu nào từ đáy nồi. Nêm hỗn hợp với muối và hạt tiêu. Đổ nước dùng xương vào và khuấy thêm vài lần để kết hợp.

e)Đậy nắp nồi và đun sôi. Hạ nhỏ lửa và nấu món hầm, đậy nắp trong khoảng 30 phút hoặc cho đến khi đậu lăng chín.

f) Trong khi đó, tiết chế lớp phủ gia vị của bạn. Trong một chảo xào nhỏ trên lửa vừa cao, đun nóng dầu dừa. Hạ nhiệt xuống mức trung bình thấp khi nó bắt đầu lung linh. Thêm ớt Kashmiri, hạt mù tạt, hạt cỏ cà ri và lá cà ri. Để chúng ngồi trong dầu nóng khoảng một phút, theo dõi sát sao chúng để đảm bảo chúng không bị cháy. Khi hạt đã dậy mùi thơm thì bắc ra khỏi bếp và đặt ngay chảo sang một bên để tránh gia vị bị cháy.

g)Đến bây giờ, dal của bạn sẽ sôi lăn tăn và nguội đi đáng kể. Lấy nồi ra khỏi bếp. Đánh mạnh dal để khuyến khích phá vỡ thêm đậu lăng. Thêm tương miso, bơ dừa và cải xoăn xắt nhỏ vào, khuấy đều cho đến khi cải xoăn bắt đầu héo do nhiệt nấu còn lại.

h)Nhẹ nhàng múc các loại gia vị đã ủ và dầu lên trên mặt dal. Có thể khuấy nhẹ nếu thích. Bạn cũng có thể chia dal ra bát phục vụ và sau đó trang trí các loại gia vị đã ủ lên trên nếu muốn. Trang trí dal với rau mùi tươi. Dùng nóng với chanh và các loại topping yêu thích của bạn.

65. Kem ngô hầm

Làm cho: 2 tô canh p

THÀNH PHẦN

- 2 chén hạt ngô tươi
- ¼ chén hành tây tươi thái lát
- 1 tép tỏi
- 1 muỗng canh dầu dừa
- 1 công thức súp kem nền thực vật

HƯỚNG DẪN

a) Xào ngô , hành tây và tỏi trong dầu dừa trong 5 phút trong chảo lớn.

b) Trong máy xay sinh tố, kết hợp hỗn hợp này với nền súp kem làm từ thực vật đã nguội.

c) Phục vụ ngay lập tức.

66. Nam Succotash hầm

Làm cho: 4 phần ăn

THÀNH PHẦN

- 10 ounce tempeh
- 2 muỗng canh dầu ô liu
- 1 củ hành vàng ngọt lớn, thái nhỏ
- 2 củ khoai tây nâu vừa, gọt vỏ và cắt thành viên xúc xắc 1/2-inch
- Cà chua thái hạt lựu lon 14,5 ounce, để ráo nước
- Succotash đông lạnh gói 16 ounce
- 2 chén nước luộc rau 2 muỗng canh nước tương
- 1 muỗng cà phê mù tạt khô
- 1 muỗng cà phê đường
- 1/2 muỗng cà phê cỏ xạ hương khô
- 1/2 muỗng cà phê hạt tiêu xay
- 1/4 muỗng cà phê cayenne xay
- Muối và hạt tiêu đen mới xay

HƯỚNG DẪN

a) Trong một nồi nước sôi vừa, nấu tempeh trong 30 phút. Để ráo nước, lau khô và cắt thành xúc xắc 1 inch.

b) Trong một cái chảo lớn, đun nóng 1 muỗng canh dầu trên lửa vừa. Thêm tempeh và nấu cho đến khi chín vàng cả hai mặt, khoảng 10 phút. Để qua một bên.

c) Trong một cái chảo lớn, đun nóng 1 muỗng canh dầu còn lại trên lửa vừa. Thêm hành tây và nấu cho đến khi mềm, 5 phút. Thêm khoai tây, cà rốt, cà chua, succotash, nước dùng, nước tương, mù tạt, đường, cỏ xạ hương, hạt tiêu và ớt cayenne. Nêm muối và hạt tiêu cho vừa ăn. Đun sôi, sau đó giảm nhiệt xuống thấp và thêm tempeh. Đun nhỏ lửa, đậy nắp, cho đến khi rau mềm, thỉnh thoảng khuấy, khoảng 45 phút.

d)Khoảng 10 phút trước khi món hầm nấu xong, cho khói lỏng vào khuấy đều. Nếm thử, điều chỉnh gia vị nếu cần

CÁ VÀ HẢI SẢN HẤP

67. cá muối hầm

Làm cho: 6

THÀNH PHẦN

- 12 ounce cá tuyết/bacalao muối
- 1 củ hành tây, xắt nhỏ
- 1 quả cà chua thịt bò, hình khối
- 1 quả ớt chuông, xắt nhỏ
- 2 muỗng canh dầu thực vật
- 3 quả ớt pimento, xắt nhỏ
- 1 quả ớt cay, xắt nhỏ
- $\frac{1}{4}$ muỗng cà phê tiêu đen
- 4 tép tỏi, đập dập
- 4 lá rau mùi, xắt nhỏ
- 1 nhánh cần tây, xắt nhỏ
- 2 hành lá, xắt nhỏ
- 1 muỗng canh cỏ xạ hương
- nhúm muối

HƯỚNG DẪN

a)Đổ nước ngập cá muối và ngâm khoảng 20 phút, để ráo nước.

b)Đun nóng dầu trong nồi.

c)Thêm các loại rau xắt nhỏ của bạn, bao gồm ớt cay, ớt pimento, tỏi, hành tây, cần tây và hành lá.

d)Thêm cá muối vào chảo.

e)Thêm rau mùi, cà chua và hạt tiêu đen còn lại.

f)Sau năm phút nấu nữa, lấy ra khỏi bếp.

68. đầu cá tuyết hầm

Thực hiện: 4 phần ăn

THÀNH PHẦN

- $\frac{1}{2}$ pound lá khoai môn, xắt nhỏ
- 2 nhánh húng tây
- $1\frac{1}{2}$ pound cá tuyết muối được cắt thành từng miếng và rửa kỹ
- 2 cọng cần tây
- 2 củ cà rốt được thái lát
- 1 quả sa kê, bóc vỏ và cắt miếng
- Vài nhánh hẹ, thái nhỏ
- 1 muỗng cà phê nghệ
- 1 ớt chuông xanh, thái nhỏ
- 2 củ hành tây được thái lát
- $\frac{1}{2}$ thìa hạt nhục đậu khấu
- 2 muỗng canh mùi tây tươi, thái nhỏ
- 2 tép tỏi được đập dập
- 2 quả ớt đỏ thái hạt lựu mỏng
- 1 muỗng canh gừng tươi, bào mịn
- $\frac{1}{2}$ cốc nước cốt dừa
- 1 chén kem nặng
- Muối
- Hạt tiêu
- 3 muỗng canh dầu hạt cải

HƯỚNG DẪN

a) Trong chảo gang, nấu hành trên lửa vừa và thấp.

b) Thêm ớt cay, tỏi, hẹ, gừng, húng tây và rau mùi tây và nấu, khuấy thường xuyên trong một phút.

c) Cho sa kê, cà rốt, ớt chuông xanh, cần tây và lá khoai môn vào.

d) Nấu trong 5 phút trong khi khuấy liên tục trên lửa vừa và cao.

e) Thêm nước cốt dừa, kem nặng, nhục đậu khấu và bột nghệ.

f) Thêm muối và hạt tiêu để nêm.

g) Đun nhỏ lửa trong 50 phút cho đến khi nước sốt cạn bớt.

69. Nồi hầm cá hồi nấu chậm

Làm cho: 4 phần ăn

THÀNH PHẦN

- 4 con cá hồi
- 1 muỗng cà phê hạt tiêu
- 1 muỗng cà phê ớt bột
- 1 muỗng cà phê rau mùi
- 2 muỗng canh dầu ô liu
- 6 củ hành tây, thái lát dày
- 1 quả ớt đỏ, xắt nhỏ
- 2 quả cà chua, đại khái xắt nhỏ
- 1 muỗng cà phê ớt khô mảnh
- 1 muỗng cà phê húng tây
- 1 chén nước kho cá
- Muối và hạt tiêu cho vừa ăn
- bánh mì để phục vụ

HƯỚNG DẪN

a) Kết hợp các loại gia vị và rắc chúng lên cá hồi.
b) Cho cá hồi vào chảo dầu nóng và chiên cho đến khi chín vàng.
c) Sắp xếp nó trong nồi nấu chậm.
d) Thêm các thành phần còn lại, cùng với bất kỳ loại gia vị còn sót lại nào và đun sôi.
e) Nấu cá hồi trong hai giờ.
f) Ăn kèm với bánh mì.

70. cá nâu hầm

Thực hiện: 2 phần ăn

THÀNH PHẦN

DÀNH CHO CÁ

- 1 muỗng cà phê muối hồng
- 2 con cá nguyên con như cá hồng hoặc vẹt
- 1½ muỗng canh gia vị cá
- 1 muỗng cà phê tiêu đen

DÀNH CHO NƯỚNG HẠT NƯỚNG

- 8 nhánh húng tây
- 8 quả pimento
- ½ quả ớt chuông đỏ, thái lát
- ½ quả ớt chuông màu cam
- 1 củ cà rốt vừa
- 1½ muỗng canh nước sốt nâu tự làm
- 1 muỗng cà phê gia vị cá
- dầu ô liu để chiên
- 1 củ hành tây, thái lát
- 2 hành lá, thái lát
- 4 tép tỏi, băm nhỏ
- 3 muỗng canh bột cà chua
- 2 muỗng canh bơ không sữa
- 1½ cốc nước nóng

HƯỚNG DẪN

a)Chà xát cả hai mặt cá với gia vị cá, hạt tiêu đen và muối.

b)Cho dầu vào chảo chống dính hoặc chảo lớn và đun nóng cho đến khi dầu nóng.

c) Cho cá vào chảo, hạ lửa vừa, áp chảo hai mặt.

d) Để ráo dầu trước khi cho chảo trở lại ngọn lửa.

e) Thêm 2 muỗng cà phê dầu vào chảo và xào trong 2 đến 3 phút với hành tây, tỏi, ớt chuông, cà rốt, hành lá, ớt, húng tây và nước sốt scotch.

f) Thêm nước, nước sốt nâu và 1 muỗng cà phê gia vị cá.

g) Cuối cùng, cho cá vào và chấm với bơ để bơ tan chảy vào món ăn.

h) Đậy nắp chảo và đun nhỏ lửa trong 10 phút.

i) Thường xuyên ướp cá để nước thịt ngấm vào cá.

j) Phục vụ và thưởng thức.

71. Mực hầm và thì là

Làm cho: 4

THÀNH PHẦN

- 3 muỗng canh dầu ô liu nguyên chất, cộng thêm cho mưa phùn
- 1 củ hành tây, bóc vỏ và thái hạt lựu
- 4 tép tỏi, bóc vỏ và thái nhỏ
- 1 củ thì là nhỏ, tỉa và thái nhỏ
- ½ muỗng cà phê ớt mảnh
- 2 muỗng cà phê hạt thì là
- 1 muỗng cà phê ớt ngọt hun khói
- 3 nhánh hương thảo, lá thái nhỏ
- 150ml rượu trắng khô
- 2 hộp x 400g cà chua xắt nhỏ
- 600g mực làm sạch, hoặc hỗn hợp mực làm sạch và tôm bóc vỏ
- 2 hộp x 400g đậu bơ, để ráo nước và rửa sạch
- 100g ô liu Kalamata đã rỗ Một nắm nhỏ lá mùi tây phẳng, đại khái xắt nhỏ
- Muối biển và hạt tiêu đen mới xay

HƯỚNG DẪN

a)Đặt một chảo chống dính lớn trên lửa vừa-cao. Khi nóng, thêm dầu và hành tây và xào trong 2-3 phút. Thêm tỏi và xào thêm 2 phút nữa. Thêm thì là, ớt, hạt thì là, ớt bột và hương thảo đã thái lát vào và nấu trong 3-4 phút.

b)Tăng nhiệt lên cao, thêm rượu và giảm một nửa trước khi thêm cà chua vào chảo. Đun nhỏ lửa và nấu trong 10 phút.

c)Trong khi đó, chuẩn bị mực của bạn. Cắt cạnh dài của mỗi ống mực và mở phẳng ra. Dùng dao sắc khía nhẹ vào bên trong thịt rồi cắt thành từng miếng dài 5-7cm.

d)Thêm mực vào chảo và nấu trong 5-6 phút, thỉnh thoảng khuấy.

e)Thêm đậu bơ và ô liu và nấu thêm 2-3 phút. Nêm nếm lại cho vừa ăn, tắt bếp và cho mùi tây vào đảo đều.

f)Múc món hầm vào bát ấm, rưới thêm dầu ô liu nguyên chất và dùng với bánh mì giòn và salad đơn giản.

72. Cá Hầm Ớt

Làm cho: 4

THÀNH PHẦN

- 1 củ hành tây, xắt nhỏ
- 2 củ thì là, xắt nhỏ
- 1 quả ớt đỏ, thái nhỏ
- 1 hộp cà chua mận
- 6 muỗng canh dầu ô liu
- 1 muỗng cà phê hạt thì là, xay
- 2 tép tỏi, đập dập
- 1 cân Anh phi lê cá trắng
- 3 ounces hạnh nhân nướng, mặt đất
- 3 ounce nước dùng rau củ
- ½ muỗng cà phê bột ớt ngọt
- 1 muỗng canh lá húng tây tươi
- 1 muỗng cà phê sợi nghệ tây
- 3 lá nguyệt quế tươi
- Quinoa và rau xanh mùa xuân
- 1 quả chanh, cắt thành nêm

HƯỚNG DẪN

a) Hấp hành, thì là, ớt, hạt thì là và tỏi.

b) Thêm ớt bột, cỏ xạ hương, nghệ tây, lá nguyệt quế và cà chua.

c) Đun nhỏ lửa với nước dùng rau củ.

d) Cho cá/đậu phụ vào món hầm cùng với hạnh nhân.

e) Ăn kèm với rau xanh, hạt diêm mạch và chanh.

73. Chả Cá Hầm

Làm cho: 8

THÀNH PHẦN

- 32 ounce có thể cà chua thái hạt lựu
- 2 muỗng canh dầu ô liu
- $\frac{1}{4}$ chén cần tây xắt nhỏ
- $\frac{1}{2}$ chén nước dùng cá
- $\frac{1}{2}$ chén rượu trắng
- 1 cốc nước ép cay V8
- 1 ớt chuông xanh xắt nhỏ
- 1 củ hành tây xắt nhỏ
- 4 tép tỏi băm nhỏ
- Muối và hạt tiêu cho vừa ăn
- 1 muỗng cà phê gia vị Ý
- 2 củ cà rốt gọt vỏ và thái lát
- 2 $\frac{1}{2}$ pound cá rô phi cắt nhỏ
- $\frac{1}{2}$ pound tôm bóc vỏ và bỏ chỉ

HƯỚNG DẪN

a) Trong nồi lớn của bạn, đun nóng dầu ô liu trước.
b) Nấu ớt chuông, hành tây và cần tây trong 5 phút trong chảo nóng.
c) Sau đó, thêm tỏi. Nấu trong 1 phút sau đó.
d) Trong một bát trộn lớn, kết hợp tất cả các thành phần còn lại trừ hải sản.
e) Nấu món hầm trong 40 phút ở nhiệt độ thấp.
f) Thêm cá rô phi và tôm và khuấy để kết hợp.
g) Đun nhỏ lửa thêm 5 phút.
h) Nếm và điều chỉnh gia vị trước khi ăn.

74. món hầm kiểu trung quốc

Thực hiện: 8 phần ăn

THÀNH PHẦN

- Cá, tôm hùm hoặc cua
- rau cần tây
- đậu
- 1 chén cơm, nấu chín
- nấm
- đậu phộng
- dầu
- hành
- bông cải xanh

HƯỚNG DẪN

a) Trên chảo, đun nóng dầu trên lửa vừa.

b) Xào hành tây, sau đó cần tây rồi nấm. Lấy từng cái ra.

c) Tiếp theo cho đậu que, bông cải và đậu phộng vào xào.

d) Thêm đợt đầu tiên sau đó thêm cá của bạn.

e) Cuối cùng, thêm 1 chén gạo và hấp trong 1 phút.

f) Phục vụ.

75. hầm Bahamian

Thực hiện: 4 phần ăn

THÀNH PHẦN

- 4 chén nước
- 1 muỗng cà phê muối
- 2 củ khoai tây; gọt vỏ, cắt đôi và thái hạt lựu
- 1 muỗng cà phê Bơ
- $\frac{1}{2}$ chén cà rốt thái lát
- 4 lát thịt xông khói
- 2 ớt Tabasco tươi hoặc ngâm chua nhỏ
- $\frac{1}{4}$ muỗng cà phê tiêu đen xay
- 1 củ hành tây, thái lát mỏng
- $1\frac{1}{2}$ pound phi lê cá bơn hoặc cá vược không xương
- $\frac{1}{2}$ chén cần tây thái lát

HƯỚNG DẪN

a)Đun sôi nước trong một cái chảo lớn, sau đó thêm khoai tây, hành tây, thịt xông khói, muối, hạt tiêu và ớt băm nhỏ.
b)Thêm cần tây hoặc cà rốt.
c)Đun sôi nhẹ khoai tây cho đến khi chúng mềm, sau đó thêm cá hồi.
d)Hạ nhỏ lửa và để món ăn sôi liu riu cho đến khi cá gần chín.
e)Nếu muốn, thêm một lượng bơ, điều chỉnh gia vị và phục vụ ngay.

76. tôm và bí đỏ

Làm cho: 4 phần ăn

THÀNH PHẦN

- 2 củ hành tây, thái lát
- 2 củ cà rốt, thái lát mỏng
- 1 muỗng canh rau mùi tươi
- 2 muỗng cà phê gừng tươi nạo
- 2 tép tỏi, băm nhỏ
- $\frac{1}{2}$ thìa cà phê tiêu xay
- 2 muỗng canh dầu ô liu
- 14-ounce lon nước dùng gà
- Hộp bí ngô 15 ounce
- $1\frac{1}{2}$ cốc sữa giảm béo
- Gói 8 ounce tôm nấu chín đông lạnh, bóc vỏ và rút chỉ, rã đông
- Tôm tươi nguyên vỏ, bóc vỏ, rút chỉ và nấu chín
- Hẹ tươi cắt nhỏ

HƯỚNG DẪN

a)Nấu hành tây, cà rốt, rau mùi, gừng, tỏi và hạt tiêu trong chảo dầu nóng trên lửa vừa trong 14 phút hoặc cho đến khi rau mềm.

b)Chuyển hỗn hợp vào bát của một bộ xử lý thực phẩm.

c) Thêm $\frac{1}{2}$ chén nước dùng gà.

d)Quá trình cho đến khi gần như mịn màng.

e)Kết hợp bí ngô, sữa và nước dùng còn lại trong cùng một cái chảo.

f) Thêm 8 ounce tôm và hỗn hợp rau đã trộn vào, nấu chín.
g) Đổ nước hầm ra đĩa.
h) Trang trí với hẹ xắt nhỏ.

77. Tôm Hùm Chiên Cay

Làm cho: 4 phần ăn

THÀNH PHẦN

- 1 muỗng canh dầu ô liu
- 1 pound xúc xích chorizo, thái lát
- 2 chén hành tây, thái sợi
- 8 chén tôm hùm, tôm hoặc cá kho
- 12 tép tỏi, bóc vỏ
- 2 quả ớt xanh, thái lát mỏng
- 3 chén các loại rau xanh xắt nhỏ, chẳng hạn như cải rổ, mù tạt, củ cải, củ cải, bồ công anh, củ cải đường hoặc rau bina
- 2 chén cà chua xắt nhỏ
- 3 quả cam, vắt lấy nước
- 2 con tôm hùm gai hoặc Maine, cắt làm đôi
- Muối
- mảnh ớt đỏ nghiền
- $\frac{1}{2}$ cốc nước cốt dừa
- 2 muỗng canh lá ngò tươi thái nhỏ
- 1 công thức món rán cay
- 1 công thức sốt mayonnaise ớt đỏ

HƯỚNG DẪN

a)Đổ 1 muỗng canh dầu ô liu vào một cái nồi lớn và đun nóng ở lửa vừa.
b)Thêm xúc xích và hành tây, nấu trong hai phút.
c)Đun sôi trong khi khuấy trong kho, tỏi và ớt.
d)Bơi trong 60 phút.

e) Thêm nửa con tôm hùm, rau xanh, cà chua và nước cam, nêm muối và ớt đỏ.

f) Bơi trong 30 phút.

g) Thêm nước cốt dừa và rau mùi và khuấy đều.

h) Đặt một nửa con tôm hùm vào mỗi bát nhỏ.

i) Dọn tôm hùm với nước dùng lên trên.

j) Thêm bánh rán và một ít sốt mayonnaise để trang trí.

78. tóm tắt cá thu

Làm cho: 3-4

THÀNH PHẦN

- 2 cân cá thu muối
- $1\frac{1}{2}$ hộp nước cốt dừa
- 1 củ hành tây, thái lát
- 2 tép tỏi
- 2 nhánh hành lá
- 1 hạt tiêu xanh Scotch Bonnet
- 2 quả cà chua, xắt nhỏ
- 3 nhánh cỏ xạ hương
- Muối
- Tiêu đen

HƯỚNG DẪN

a) Luộc cá thu trong nước sôi 35 phút.
b) Để ráo và vẩy cá thu thành từng miếng.
c) Trong chảo xào, đun nước cốt dừa cho đến khi đặc lại thành mãng cầu và dầu tách ra khỏi mãng cầu.
d) Thêm cá thu, sau đó nấu trong 10 phút trên lửa vừa.
e) Nêm thức ăn với muối và hạt tiêu cho vừa ăn.
f) Khuấy, đậy nắp và đun nhỏ lửa trong mười phút nữa ở nhiệt độ thấp.

79. hầm tiêu

Làm cho: 10

THÀNH PHẦN

- Gói đậu bắp đông lạnh 10 ounce, thái lát
- 1 chén kem dừa, đóng hộp
- 10 lát chanh
- 1 chén rau bina tươi, xắt nhỏ
- 1/2 muỗng cà phê hương thảo, nghiền nát
- 1/4 muỗng cà phê tỏi băm
- 1/4 chén hành tây băm nhỏ
- 1 muỗng cà phê muối
- 1/2 muỗng cà phê lá húng tây, nghiền nát
- 1/2 muỗng cà phê kinh giới, nghiền nát
- 1 nhúm ớt đỏ, xay
- 1 chén ớt chuông xanh, bỏ hạt, xắt nhỏ
- 6 chén nước dùng gà
- 2 pound tôm, bóc vỏ, rút chỉ

HƯỚNG DẪN

a)Cho đậu bắp, rau bina, ớt xanh, hành băm, muối, kinh giới, hương thảo, tỏi băm, ớt đỏ và nước dùng gà vào nồi kho.

b)Đun sôi.

c)Giảm nhiệt, đậy nắp và đun nhỏ lửa trong 30 phút.

d)Thêm nước cốt dừa và tôm.

e)Đun nhỏ lửa trong 5 phút hoặc cho đến khi tôm chín.

f)Phục vụ với lát chanh như một trang trí.

80. Chè Cá Hầm

Thực hiện: 3 phần ăn

THÀNH PHẦN

- 580 g Cá tươi, rửa sạch ngâm dấm
- 100 g bí đỏ gọt vỏ, xắt nhỏ
- 240 g khoai mỡ gọt vỏ, xắt nhỏ
- 40 g Hành tây băm nhỏ
- 35g hành lá xắt nhỏ
- 160 g Chocho/Chayote, Xắt nhỏ
- 1 hạt tiêu Scotch
- 100 g Đậu bắp Cắt đôi
- 70 g Cà rốt thái hạt lựu
- 1½ muỗng cà phê muối Hoặc để nếm
- 2 tép tỏi Băm nhỏ
- 3 mầm cỏ xạ hương
- 5 quả pimento / hạt tiêu
- 1 gói bún cá trà trộn
- 4½ cốc nước

HAI RỬA CÁ

- 1 quả chanh hoặc vôi sống Để rửa cá
- 1 muỗng cà phê Giấm Để rửa cá
- Nước

HƯỚNG DẪN

a)Cho cá, 2½ cốc nước sôi, hành tây, tỏi, hành lá và một thìa cà phê muối vào nồi Hầm.

b)Vặn lửa ở mức trung bình và đun sôi trong 10 đến 15 phút hoặc cho đến khi mềm.

c)Cá chín vớt ra khỏi nồi rồi lọc bỏ xương.

d)Thêm đủ nước cùng với cà rốt, khoai lang, bí ngô, chocho, cỏ xạ hương, ớt và tiêu scotch.
e)Đậy nắp và đun cho đến khi sôi.
f) Thêm bốn muỗng cà phê nước lạnh vào hỗn hợp.
g)Đậy nắp và nấu trong 30 đến 35 phút ở nhiệt độ trung bình đến thấp.
h)Cho cá và đậu bắp vào giữa chừng, vớt nhánh cỏ xạ hương và ớt Scotch ra và dùng.

TRÒ CHƠI

81. R abbit hầm lạc

Làm cho: 6 phần ăn

THÀNH PHẦN

- 2 lạng Thịt lợn muối, cắt khối
- $2\frac{1}{2}$ cân Anh của Thịt thỏ rửa sạch thái miếng vừa ăn
- $\frac{1}{4}$ thìa cà phê kinh giới đất
- 1 nhánh mùi tây
- Muối
- 1 củ hành tây, xắt nhỏ
- 1 tép tỏi, băm nhỏ
- 2 tách nước dùng gà
- $\frac{1}{2}$ cốc bơ đậu phộng
- $\frac{1}{4}$ thìa cà phê nhục đậu khấu
- 1 lá nguyệt quế
- $\frac{1}{4}$ thìa cà phê cỏ xạ hương
- Hạt tiêu
- 2 ớt Serrano
- sốt tiêu nóng

HƯỚNG DẪN

a)Làm tan chảy thịt lợn muối trong nồi.

b)Bỏ tanh tách và nấu thỏ trong mỡ nóng chảy.

c)Khuấy hành tây và tỏi, sau đó nấu cho đến khi mềm.

d)Thêm nước dùng cùng với lá nguyệt quế, cỏ xạ hương, kinh giới, rau mùi tây, muối và hạt tiêu cho vừa ăn.

e)Nấu thỏ trên lửa nhỏ cho đến khi mềm, khoảng 1 giờ.

f)Xả 2 chén chất lỏng nấu ăn.

g) Trộn hoặc chế biến 1 cốc với ớt, bơ đậu phộng và nhục đậu khấu cho đến khi mịn.
h) Khuấy cốc thứ hai của chất lỏng nấu ăn, sau đó đun nhỏ lửa hỗn hợp bơ đậu phộng trong 15 phút.
i) Thêm miếng thịt thỏ và nấu trong 3 phút.

82. Thỏ hầm cà chua o

Làm cho: 5

THÀNH PHẦN

- 1 con thỏ đầy đủ , cắt thành miếng
- 1 lá nguyệt quế
- 2 củ hành tây cỡ lớn
- 3 tép tỏi
- 2 muỗng canh dầu ô liu
- 1 muỗng canh ớt bột ngọt
- 2 nhánh hương thảo tươi
- 1 hộp cà chua
- 1 nhánh cỏ xạ hương
- 1 chén rượu trắng
- 1 thìa muối
- 1 muỗng canh hạt tiêu

HƯỚNG DẪN

a)Trong chảo rán, đun nóng dầu ô liu trên lửa vừa và cao.

b)Làm nóng dầu trước và thêm các miếng thịt thỏ. Chiên cho đến khi các miếng có màu nâu đều.

c)Loại bỏ nó sau khi nó kết thúc.

d)Thêm hành và tỏi vào cùng một chảo. Nấu cho đến khi nó mềm hoàn toàn.

e)Trong một bát trộn lớn, kết hợp cỏ xạ hương, ớt bột, hương thảo, muối, hạt tiêu, cà chua và lá nguyệt quế. Cho phép 5 phút để nấu ăn.

f)Quăng những miếng thịt thỏ với rượu. Đậy nắp nấu trong 2 giờ hoặc cho đến khi thịt thỏ chín và nước sốt đặc lại.

g)Ăn với khoai tây chiên hoặc bánh mì nướng.

83. thịt nai Stew

THÀNH PHẦN

- 1 hạt tiêu poblano lớn
- 1 đến 2 ớt jalapeño
- 6 quả cà chua tươi, bỏ vỏ
- $1\frac{1}{2}$ cốc (375 mL) hành trắng xắt nhỏ (1 củ hành lớn)
- 1 muỗng cà phê. (5 mL) thì là xay
- 2 muỗng canh. (30 mL) dầu ô liu
- 4 bắp ngô tươi
- 3 tép tỏi, băm nhỏ
- 4 cốc (1 L) nước dùng gà hoặc nước hầm xương gà
- $^{2}/_{3}$ cốc (150 mL) nước cốt chanh tươi (khoảng 7 quả chanh)
- $1\frac{1}{2}$ thìa cà phê. (7 mL) muối
- 1 muỗng cà phê. (5 mL) tiêu đen xay
- $1\frac{1}{2}$ pound (680 g) đùi hoặc ức gà đã lọc da và rút xương, cắt thành miếng 1 inch (2,5 cm)

HƯỚNG DẪN

a)Làm nóng lò ở nhiệt độ 425°F (220°C). Xếp 3 nguyên liệu đầu tiên lên khay nướng có viền lớn có lót giấy nhôm. Nướng ở nhiệt độ 425°F (220°C) trong 25 phút hoặc cho đến khi rau củ mềm và vỏ bắt đầu phồng rộp, lật ớt 5 phút một lần. Loại bỏ rau từ trên cao; chuyển ớt vào một cái bát nhỏ. Đậy bát bằng màng bọc thực phẩm và để yên trong 20 phút. Để cà chua đứng trên khay nướng cho đến khi đủ nguội để cầm. Băm nhỏ tomatillos và đặt vào một cái bát vừa.

b)Sau khi ớt để yên trong 20 phút, gọt vỏ, bỏ hạt và thái nhỏ; thêm hai trái cà chua.

c)Xào hành tây và thìa là trong dầu ô liu nóng trong nồi thép không gỉ 6 lít (6 L) hoặc nồi tráng men của Hà Lan trên lửa vừa và cao trong 12 phút hoặc cho đến khi hành tây mềm.

d)Cắt đầu hạt ngô cho vào tô lớn; cạo sữa và bột giấy còn lại từ lõi ngô. Thêm ngô và tỏi vào hành tây trong lò Hà Lan; nấu, khuấy liên tục, 5 phút. Cho ớt xắt nhỏ, cà chua xắt nhỏ, nước luộc gà và 3 nguyên liệu tiếp theo vào khuấy đều.

e)Đun sôi; giảm nhiệt và đun nhỏ lửa, không đậy nắp, 5 phút, khuấy thường xuyên. Cho thịt gà vào xào. Đun sôi với lửa lớn; đun sôi 5 phút. Loại bỏ nhiệt.

f)Múc súp nước dùng nóng vào bình nóng, chừa khoảng trống 1 inch (2,5 cm). Loại bỏ bọt khí. Vần lọ lau. Nắp trung tâm trên bình. Quấn băng và điều chỉnh cho vừa khít với đầu ngón tay. Đặt bình lên giá trong bình áp suất chứa 2 inch (5 cm) nước sôi ở nhiệt độ 180°F (82°C). Lặp lại cho đến khi tất cả các lọ được lấp đầy.

g)Đậy nắp hộp và chuyển sang vị trí khóa. Điều chỉnh nhiệt ở mức trung bình cao. Đợi hơi nước trong 10 phút.

h)Đặt trọng lượng của bộ đếm hoặc dụng cụ đo trọng lượng trên lỗ thông hơi; tăng áp suất lên 10 pound (4,5 kg) (psi) đối với máy đóng hộp có đồng hồ đo trọng lượng hoặc 11 pound (454 g) s (psi) đối với máy đóng hộp có đồng hồ đo quay số.

i) Xử lý bình 1 pint (500 mL) trong 1 giờ 15 phút hoặc bình 1 lít (1 L) trong 1 giờ 30 phút. Tắt nhiệt; làm mát hộp đến áp suất bằng không. Để yên thêm 5 phút trước khi tháo nắp.

j) Làm mát lọ trong hộp 10 phút. Lấy lọ ra và để nguội.

84. Thịt bò rừng và rau hầm

Khẩu phần: 5-6

THÀNH PHẦN

- 1 cân Anh bò rừng đất
- 1-2 muỗng canh dầu bơ
- 3 củ cà rốt lớn (2 chén), xắt nhỏ
- 3 cọng cần tây (1 chén), thái lát
- 2 củ khoai lang trắng lớn (2 chén), xắt nhỏ
- 1/2 thìa cà phê muối
- 2 thìa cà phê nghệ
- 3 chén nước luộc gà
- 1 1/2 chén bí butternut, xay nhuyễn
- 3 chén cải xoăn, xắt nhỏ
- Mùi tây tươi, topping (tùy chọn)

SỰ QUẢN LÝ

a) Đun nóng chảo lớn trên lửa vừa và cho bò rừng xay vào, bẻ thành từng miếng. Khi thịt đã chín, lấy ra khỏi chảo và đặt sang một bên.

b) Đun nóng dầu bơ trong nồi lớn trên lửa vừa. Sau khi nóng, thêm cà rốt và cần tây xắt nhỏ. Xào khoảng 8 phút.

c) Thêm khoai lang trắng, muối và bột nghệ và kết hợp các thành phần. Tiếp tục nấu các nguyên liệu trên lửa vừa, thỉnh thoảng khuấy trong 10 phút nữa hoặc cho đến khi rau mềm đi một chút.

d) Thêm vào nước dùng, bí đao xay nhuyễn, cải xoăn và bò rừng. Khuấy tất cả các thành phần với nhau và đặt ở nhiệt độ trung bình thấp, để cho món hầm sôi trong khoảng 30 phút.

e) Khi món hầm đã sẵn sàng, dùng nóng và rắc mùi tây tươi lên trên nếu muốn.

85. Thịt nai hầm công ty

THÀNH PHẦN

- 6 oz. thịt xông khói nạc
- $\frac{3}{4}$ c. bột mì $\frac{1}{2}$ t.bột tiêu
- 3 lạng. 4 oz. thịt nai, khối
- 1 cân Anh Hành tây, xắt nhỏ
- 1 cân Anh cà rốt, thái lát dày
- 1 hộp lớn ô liu chín, đọ sức
- $3\frac{1}{2}$ c. nước dùng thịt bò
- rượu vang đỏ
- 1 T. giấm
- 3 oz. bột cà chua
- 1 tép tỏi, băm nhỏ
- Tại húng tây, nghiền nát
- 1 lá nguyệt quế
- c. mùi tây, xắt nhỏ

SỰ QUẢN LÝ

a) Kết hợp bột mì, muối và hạt tiêu và nạo vét các khối thịt nai. Trong một lớp sành lớn thịt xông khói, thịt nai và rau.

b) Kết hợp nước dùng thịt bò và các thành phần còn lại. Đổ tất cả vào và đun nhỏ lửa trong 8-12 giờ hoặc cho đến khi chín mềm.

86. Heo rừng hầm việt quất

THÀNH PHẦN

- 1 ký heo rừng (thái hạt lựu, vai hoặc chân)
- 1 1/2 muỗng canh dầu thực vật
- 1 củ hành tây (thái lát mỏng)
- 2 củ cà rốt
- 1 Cam (hữu cơ)
- 1 tép tỏi
- 1 cây đinh hương
- 1 thanh quế
- 4 quả bách xù
- 2 nhúm nhục đậu khấu
- 2 lá nguyệt quế
- 2 muỗng canh rượu cognac
- rượu vang đỏ (1 lít.)
- 4 muỗng canh nước dùng bò
- 2 muỗng canh mứt việt quất
- 200 gram việt quất tươi
- 2 muỗng canh bột mì (tùy chọn)
- canh gà

SỰ QUẢN LÝ

a)Cho thịt viên vào chảo dầu chiên vàng, sau đó vớt thịt ra để riêng.

b)Trong cùng một chảo, xào hành tây (thái lát mỏng) và cà rốt.

c)Thêm vỏ cam, tỏi nghiền, đinh hương, thanh quế và quả bách xù, sau đó nêm muối và hạt tiêu, rắc nhục đậu khấu và thêm garni bó hoa.

d)Cho thịt trở lại nồi và thêm rượu mạnh, flambé nếu muốn.

87. Creole thỏ

THÀNH PHẦN

- 1 con thỏ lớn, non hoặc trưởng thành, làm tư
- 1 lon nước dùng gà hoặc khối nước dùng trộn với nước
- hoặc đồ uống lỏng khác
- 1 lon sốt cà chua hoặc súp
- 1 củ hành vừa, xắt nhỏ hoặc thái lát
- $\frac{1}{2}$ muỗng canh băm nhỏ hoặc $\frac{1}{2}$ muỗng cà phê bột tỏi
- 2 muỗng cà phê tương tiêu hoặc ớt cay
- Muối, tiêu, hành ngò và các loại gia vị tùy thích

SỰ QUẢN LÝ

a) Trộn nước dùng và gia vị trong món hầm hoặc nồi sành,

b) hoặc chảo rang.

c) Thêm thịt thỏ.

d) Nấu chậm cho đến khi hoàn thành.

e) Mẹo: Lý tưởng để phục vụ trên gạo và đậu.

gia cầm hầm

88. gà hầm Ca-ri-bê

Làm cho: 1 phần ăn

THÀNH PHẦN

- 3 muỗng canh Bơ không muối
- $3\frac{1}{2}$ cân Anh Gà rán chín, chặt miếng vừa ăn
- 2 muỗng canh Gừng tươi, băm nhỏ
- $\frac{1}{4}$ thìa cà phê Thảo quả đất
- 3 Củ cải, gọt vỏ và cắt khối
- 1 ớt habanero, jalapeno hoặc serrano tươi, bỏ hạt và băm nhỏ
- Muối hai phím
- 1 muỗng canh bột cà ri
- 1 muỗng cà phê nghệ xay
- $\frac{1}{4}$ thìa cà phê tiêu xay
- 2 củ hành tây, cắt thành nêm
- $\frac{3}{4}$ cốc nước dùng gà

HƯỚNG DẪN

a) Trong một nồi súp lớn trên lửa vừa và cao, làm tan chảy một nửa bơ.

b) Nấu gà trong 8 đến 10 phút để có màu nâu cả hai mặt.

c) Thêm hạt tiêu và gừng.

d) Thêm muối cho vừa ăn và khuấy đều trong các gia vị còn lại.

e) Thêm hành tây, củ cải và $\frac{1}{2}$ chén nước dùng.

f) Đậy nắp và luộc gà từ từ trong 40 phút hoặc cho đến khi chín kỹ.

g) Thêm bơ còn lại vào nước sốt và cho gà ăn với cơm.

89. Vịt hầm há cảo

Làm cho: 1 phần ăn

THÀNH PHẦN

- 3 muỗng canh Bơ không muối
- $3\frac{1}{2}$ cân Anh Gà rán chín, chặt miếng vừa ăn
- 2 muỗng canh Gừng tươi, băm nhỏ
- $\frac{1}{4}$ thìa cà phê Thảo quả đất
- 3 Củ cải, gọt vỏ và cắt khối
- 1 ớt habanero, jalapeno hoặc serrano tươi, bỏ hạt và băm nhỏ
- Muối hai phím
- 1 muỗng canh bột cà ri
- 1 muỗng cà phê nghệ xay
- $\frac{1}{4}$ thìa cà phê tiêu xay
- 2 củ hành tây, cắt thành nêm
- $\frac{3}{4}$ cốc nước dùng gà

HƯỚNG DẪN

a) Trong một nồi súp lớn trên lửa vừa và cao, làm tan chảy một nửa bơ.

b) Nấu gà trong 8 đến 10 phút để có màu nâu cả hai mặt.

c) Thêm hạt tiêu và gừng.

d) Thêm muối cho vừa ăn và khuấy đều trong các gia vị còn lại.

e) Thêm hành tây, củ cải và $\frac{1}{2}$ chén nước dùng.

f) Đậy nắp và luộc gà từ từ trong 40 phút hoặc cho đến khi chín kỹ.

g) Thêm bơ còn lại vào nước sốt và cho gà ăn với cơm.

89. Vịt hầm há cảo

Làm cho: 4 phần ăn

THÀNH PHẦN

- 1 muỗng canh dầu ô liu
- 6 muỗng canh hành tây thái nhỏ
- $\frac{1}{4}$ chén cần tây thái nhỏ
- $\frac{1}{4}$ chén cà rốt thái nhỏ
- $\frac{1}{4}$ chén rau mùi thái nhỏ
- $\frac{1}{4}$ chén củ cải thái nhỏ
- 2 chén thịt vịt sống thái nhỏ
- 2 muỗng canh gọt vỏ; cà chua bỏ hạt, xắt nhỏ,
- 2 muỗng canh húng quế tươi xắt nhỏ
- 4 muỗng cà phê tỏi băm
- 3 chén nước luộc vịt
- $1\frac{1}{2}$ thìa cà phê muối
- 1 hạt tiêu đen mới xay
- 1 quả trứng
- $\frac{1}{4}$ cốc bia
- $\frac{1}{2}$ chén bột mì
- $\frac{1}{2}$ muỗng cà phê bột nở

HƯỚNG DẪN

a) Trong một cái nồi lớn đun nóng dầu trên lửa lớn. Thêm 4 muỗng canh hành tây, cần tây, cà rốt, rau mùi tây và củ cải và xào trong 2 phút. Thêm thịt vịt, cà chua, húng quế và 1 muỗng canh tỏi. Cho nước kho và 1 cốc nước lạnh vào khuấy đều; nêm 1 muỗng cà phê muối và 3 lượt tiêu đen rồi đun sôi.

b)Giảm nhiệt để sôi, đậy nắp và nấu trong 25 phút, cho đến khi vịt chín và mềm. Trong một cái bát, kết hợp trứng, bia, 1 thìa cà phê tỏi còn lại, $\frac{1}{2}$ thìa cà phê muối còn lại, 2 lượt tiêu, 2 thìa hành tây, bột mì và bột nở trong một bát; đánh bột cho đến khi mịn. Mở nắp hầm, tăng nhiệt cho đến khi sủi bọt nhanh và thêm khoảng 16 thìa bột cỡ quả bóng gôn vào hầm.

c)Nấu bánh bao trong 2 phút, giảm nhiệt để sôi và nấu thêm 1 phút nữa. Để phục vụ, múc nước hầm vào mỗi 4 viên súp nông và đặt 4 đến 5 cái bánh bao lên trên mỗi phần.

90. gà hầm khoai lang

Làm cho: 8

THÀNH PHẦN

- Cơm gạo lứt (nấu chín) tùy thích
- Ớt cayenne 1/4 muỗng cà phê
- húng tây khô (chia) 1/2 muỗng cà phê
- Bơ đậu phộng (kem) 1/4 cốc
- Nước dùng gà (giảm natri) 1 chén
- Khoai lang, lớn (gọt vỏ và cắt thành khối 1 inch) 1
- Cà chua nghiền 3 $\frac{1}{2}$ chén
- Đậu mắt đen (để ráo nước và rửa sạch) 2 cốc
- Củ gừng tươi (băm nhỏ) 2 muỗng canh
- Tỏi tép (băm nhỏ) 6
- Hành tây, vừa (thái lát mỏng) 1
- Dầu hạt cải (chia) 3 muỗng cà phê
- Tiêu 1/4 muỗng cà phê
- Muối 1/2 muỗng cà phê
- Ức gà (không da, không xương và cắt khối) 2 chén

HƯỚNG DẪN

a) Rắc chút tiêu và muối lên gà. Nấu gà trên ngọn lửa vừa với hai muỗng cà phê dầu trong 5 phút trong lò kiểu Hà Lan cho đến khi gà không còn màu hồng; Lấy gà ra khỏi lò và đặt nó sang một bên.

b) Trong cùng một chảo, xào hành tây trong dầu còn lại cho đến khi mềm. Thêm gừng và tỏi; nấu thêm một phút nữa.

c) Khuấy ớt cayenne, $1\frac{1}{4}$ muỗng cà phê cỏ xạ hương, bơ đậu phộng, nước dùng, khoai lang, cà chua và đậu Hà Lan vào đó.

d) Đun sôi chúng và giảm nhiệt; đậy nắp lại và đun nhỏ lửa trong 15 đến 20 phút cho đến khi khoai tây mềm. Thêm thịt gà và đun nóng đúng cách.

e) Nếu muốn, phục vụ nó với cơm. Rắc húng tây còn lại.

91. Hầm từ Bavaria

Làm cho: 4

THÀNH PHẦN

- 1 miếng ức không xương nướng, cắt miếng vừa ăn, muối và tiêu xay cho vừa ăn
- 2 muỗng canh bơ hoặc bơ thực vật
- 1 củ hành vừa, thái lát mỏng
- 1 pound dưa cải bắp, ráo nước
- 1 lon (16 ounce) nước sốt nam việt quất nguyên chất
- 1 quả táo lớn, gọt vỏ, bỏ lõi và thái lát
- ½ chén quả óc chó xắt nhỏ (tùy chọn)

HƯỚNG DẪN

a) Nêm miếng ức với muối và hạt tiêu. Trong một cái soong chống cháy hoặc kiểu Hà Lan trên lửa vừa, làm tan chảy bơ.
b) Thêm thịt gà và hành tây. Xào cho đến khi có màu nâu nhạt, khoảng 5 phút.
c) Trong một bát kết hợp dưa cải bắp, nước sốt nam việt quất và táo. Thìa gà và hành tây và quăng nhẹ nhàng.
d) Đậy nắp và đun nhỏ lửa ở nhiệt độ trung bình thấp trong 20 phút.
e) Rắc quả óc chó ngay trước khi phục vụ.

92. Thịt gà và củ cải hầm

Làm cho: 5

THÀNH PHẦN

- 4 đùi gà không xương, không da, thái lát
- 14 ounce nước cốt dừa, không đường
- 2 muỗng canh dầu ô liu (thêm nguyên chất)
- 1 củ hành tây xắt nhỏ
- 1 muỗng canh tỏi băm
- 1 muỗng canh gừng tươi xắt nhỏ
- 1 muỗng cà phê bột rau mùi
- 1 muỗng cà phê ớt bột
- 1 muỗng cà phê bột nghệ
- 1 muỗng cà phê bột thì là
- 4 quả cà chua xắt nhỏ
- muối
- hạt tiêu đen, xay
- 6 chén củ cải Thụy Sĩ tươi xắt nhỏ
- 2 muỗng canh. nước chanh mới vắt

HƯỚNG DẪN

a) Trong chảo, đun nóng dầu trên lửa lớn và nấu hành tây trong 3-4 phút.

b)Xào trong 1 phút với gừng, tỏi và gia vị.

c) Nấu khoảng 4-5 phút sau khi thêm thịt gà.

d)Cho cà chua, nước cốt dừa, muối và hạt tiêu đen vào đun nhỏ lửa.

e)Giảm nhiệt xuống thấp và tiếp tục nấu, đậy nắp, trong khoảng 10-15 phút.

f) Nấu khoảng 4-5 phút sau khi thêm củ cải.

g)Lấy chảo ra khỏi bếp và thêm nước cốt chanh.

93. cắm trại gà hầm

THÀNH PHẦN

- 1 lb ức gà không da không xương, thái khối
- 2 lon kem súp gà
- 1-2 chén cà rốt non
- 1 lon khoai tây nhỏ
- 1 lon rau củ (đậu Hà Lan, đậu xanh hoặc thập cẩm)
- 1 củ hành tây xắt nhỏ
- dầu
- muối / hạt tiêu để hương vị

HƯỚNG DẪN

- Bôi dầu vào lò nướng kiểu Hà Lan và nấu gà cho đến khi có màu trắng ở tất cả các mặt.
- Thêm các nguyên liệu còn lại, đậy nắp và nấu trên than cho đến khi gà chín và cà rốt mềm, khoảng 20-30 phút.

94. Gà Việt Nam

THÀNH PHẦN

- 1 cân Anh đùi gà
- 1 cân Anh đùi gà
- 1 muỗng canh cà ri madras
- 1 muỗng cà phê bột hành
- 1 muỗng cà phê bột tỏi
- 1 muỗng cà phê muối kosher
- ớt tươi nứt
- 1 củ hành tây, xắt nhỏ
- 3-4 tép tỏi, băm nhỏ
- 2 cọng sả cắt khúc 2 inch.
- 1 muỗng canh gừng, băm nhỏ
- 2 muỗng canh nước mắm
- 1 muỗng canh đường
- 3 muỗng cà ri madras
- 1 chén nước luộc gà
- 1 lon nước cốt dừa
- 3 củ cà rốt, cắt thành khối 1 inch
- 4-5 khoai tây vàng Yukon, cắt thành khối 1 inch

HƯỚNG

a)Để ướp gà: Cho gà vào tô và ướp với 1 muỗng cà ri madras, bột hành, bột tỏi và muối kosher. Để ướp ít nhất 15 phút trong khi chuẩn bị các nguyên liệu còn lại.
b)Trên Instant Pot, nhấn nút xào và điều chỉnh thành cài đặt "thêm". Hãy để nó nóng lên.
c)Thêm dầu ô liu và Thêm hành tây thái lát và nấu trong vài phút để hành tây có màu nâu. Thêm gừng, tỏi. Trộn đều với thịt. Thêm phần còn lại của các

thành phần và chỉ một nửa nước cốt dừa. Đậy nắp và nhấn nút hầm thịt/hầm và hẹn giờ trong 20 phút.

d)Sau khi nồi liền đã hoàn thành, hãy đợi hoặc để nó giảm áp suất tự nhiên, sau đó mở nắp và đổ phần nước cốt dừa còn lại vào. Nêm muối cho vừa ăn. Ăn kèm với bánh mì Pháp. Thưởng thức!

e)

95. Ngỗng tuyết hầm

THÀNH PHẦN

- 2 pound thịt NGỌT TUYẾT, cắt khối
- 2 gói linguini tươi hoặc fettuccine
- 1 pound tôm, lớn, chưa nấu chín, bóc vỏ
- 2 xúc xích Ý lớn, cay, thái lát
- 1 chén nấm, xắt nhỏ
- 4 củ hẹ, xắt nhỏ
- 1 lon kem súp nấm, cô đặc
- 1 quả ớt đỏ, xắt nhỏ
- 3/4 chén phô mai parmesan nạo
- 1 muỗng cà phê mặn

HƯỚNG

a)Xào thịt ngỗng và xúc xích trong 5 phút trong chảo.

b)Làm khô hạn.

c)Cho súp nấm vào nồi. Thêm ngỗng và xúc xích. Khuấy. Thêm nấm, hẹ, ớt đỏ và mặn. Khuấy. Đun nhỏ lửa.

d)Thêm chất lỏng (nước/rượu) nếu cần. Nếu dùng nấm tươi sẽ có đủ dịch. Đun nhỏ lửa trong ít nhất 30 phút để kết thúc quá trình nấu và hòa quyện hương vị.

e)Thêm tôm, nấu không sôi, thêm 3-5 phút. 15 phút trước khi phục vụ, chuẩn bị mì ống.

f)Đặt mì ống trong một bát lớn. Che với món hầm và rắc phô mai parmesan.

96. chân gà hầm

Làm cho: 5

THÀNH PHẦN

- 2 cân chân gà
- 2 muỗng canh giấm
- 2 gallon nước
- 1 muỗng cà phê muối
- 1 muỗng cà phê tiêu đen
- 5 tép tỏi, băm nhỏ
- ½ pound bí ngô cắt khối
- 1 củ khoai tây
- ½ pound khoai lang Caribbean, gọt vỏ và cắt khối
- 2 củ cà rốt
- 2 củ cải
- 1 su su Cho-Cho
- ½ công thức bánh bao luộc
- 1 nhánh cỏ xạ hương
- 1 cọng hành lá, thái nhỏ
- 1 gói mì hầm bí đỏ

HƯỚNG DẪN

a) Chân gà rửa sạch với nước lạnh và 2 muỗng canh giấm. Làm khô hạn.
b) Cho thịt vào nồi lớn cùng với tỏi, bí đỏ, muối, tiêu và 1 lít nước.
c) Đun nhỏ lửa trong 45 phút với nắp bật.
d) Thêm rau xắt nhỏ và khuấy kỹ.
e) Thêm ½ gallon nước, đậy nắp và nấu trong 30 phút.
f) Sau 15 phút, thêm bánh bao vào nồi và trộn kỹ.

g) Thêm mì, hành lá và húng tây.

h) Khuấy kỹ, sau đó nấu thêm 10 phút nữa.

i) Mở nắp ra, trộn kỹ, đậy nắp lại và đun sôi thêm 6 phút.

97. gà hầm

Làm cho: 6 phần ăn

THÀNH PHẦN

- $1\frac{1}{2}$ -2 pound thịt gà, cắt thành khối
- 10 cốc nước 2 $\frac{1}{2}$ lít
- 1 pound bí ngô có thể dùng 1 quả bí đỏ, xắt nhỏ
- 2 củ khoai tây Ailen hoặc khoai lang, xắt nhỏ
- 1 Chocho xắt nhỏ
- 2 củ cà rốt xắt nhỏ
- 2 hành lá xắt nhỏ
- 6 nhánh cỏ xạ hương
- nắp ca-pô Scotch
- 8 quả pimento

DÀNH CHO BÁNH BAO VÀ QUAY

- 2 chén bột không chứa gluten 260g
- $\frac{1}{2}$ cốc nước
- $\frac{1}{2}$ muỗng cà phê muối hồng

HƯỚNG DẪN

a)Đun sôi một nồi nước.

b)Thêm thịt gà, một nửa quả bí ngô hoặc bí và quả ớt.

c)Đun sôi hỗn hợp trong 30 phút với nắp đậy hoặc cho đến khi gà chín và bí hoặc bí đỏ mềm.

d)Sử dụng một cái nĩa để nghiền bí ngô hoặc bí.

e)Để làm bánh bao, trộn bột mì và muối hồng trong một bát vừa, sau đó thêm dần nước vào.

f)Kết hợp nước và bột để tạo thành một quả bóng bột.

g)Lấy một ít bột và cuộn nó vào lòng bàn tay của bạn.

h)Tạo hình viên bột thành đĩa để tạo ra những chiếc bánh bao thường được tạo hình.

i) Nhẹ nhàng đặt từng viên quay và há cảo vào nước dùng đang sôi.

j) Thêm bí ngô hoặc bí còn lại, hành lá, Chocho, khoai tây, cà rốt, cỏ xạ hương, hỗn hợp hầm gà tự làm và nắp ca-pô.

k)Đậy nắp nồi và để hầm trong 45 phút hoặc cho đến khi nó đặc lại.

98. sốt gà

Làm cho: 4

THÀNH PHẦN

- 2 cân cánh gà và đùi gà
- $\frac{1}{2}$ cốc nước cốt chanh mới vắt
- 2 củ cà rốt gọt vỏ và xắt nhỏ
- 2 nhánh cần tây xắt nhỏ
- 3 scotch bonnet habanero, serrano, hoặc jalapenos, xắt nhỏ
- 4 lá nguyệt quế
- 1 muỗng canh tiêu đen
- 1 muỗng canh muối nêm
- 1 muỗng canh hạt tiêu
- Muối hai phím
- 1 muỗng canh dầu
- 1 củ hành trắng hoặc vàng
- 2 củ khoai tây gọt vỏ và thái hạt lựu
- 2 muỗng cà phê húng tây tươi

HƯỚNG DẪN

a)Cho chanh, muối nêm, hạt tiêu, hạt tiêu và lá nguyệt quế vào túi ziplock.

b)Cho gà vào, trộn đều mọi thứ và ướp trong 12 đến 24 giờ.

c)Đun nóng dầu trong lò Hà Lan khá lớn trên lửa vừa.

d)Cho các miếng thịt gà vào và đun cho đến khi chín vàng đều các mặt, để lại nước xốt.

e)Thêm hành tây, cà rốt và cần tây và xào trong 5 phút hoặc cho đến khi mềm.

f) Kết hợp khoai tây và cỏ xạ hương.

g) Cho gà đã xém vàng và nước xốt đã để dành vào nồi.

h) Đổ nước vào nồi vừa đủ ngập gà.

i) Đun sôi, sau đó giảm nhiệt và đun trong 45 phút hoặc cho đến khi thịt gà rơi ra khỏi xương.

j) Vớt gà ra, lọc bỏ xương rồi cho thịt gà trở lại vào nồi.

k) Thêm muối cho vừa ăn.

l) Vớt lá nguyệt quế và quả tiêu ra.

m) Ăn kèm với bánh Johnny, thêm chanh và đồ chua cũ.

99. C hicken- Rau Hầm

Thực hiện: 4 phần ăn

THÀNH PHẦN

- 1 cái ly Hành xắt nhuyễn
- ½ cốc Cần tây xắt nhỏ
- ½ cốc Ớt chuông đỏ và xanh, thái hạt lựu
- ½ muỗng cà phê Húng tây phơi khô
- 1 cái ly Nước
- 2 lá nguyệt quế
- 1 muỗng cà phê Bột ớt
- ½ muỗng cà phê bột cà ri
- ¼ thìa cà phê tiêu xay
- 4½ cốc Nước dùng gà ít natri, đã khử chất béo
- ⅛ muỗng cà phê Hạt tiêu vừa mới nghiền
- 1¼ cân Anh Nửa ức gà không da, rút xương
- ¼ cốc Gạo trắng, đo khô
- 14½ ounce Đậu đen nấu chín, vo sạch, để ráo nước

HƯỚNG DẪN

a) Kết hợp dầu, cần tây, ớt đỏ hoặc xanh và hành tây trong một cái nồi lớn.

b) Nấu rau trong 5 phút trong khi khuấy thường xuyên ở nhiệt độ cao.

c) Thêm nước, lá nguyệt quế, bột ớt, bột cà ri, cỏ xạ hương, hạt tiêu và hạt tiêu đen trong khi khuấy trong nước dùng.

d) Đun sôi sau khi thêm thịt gà.

e) Đun nhỏ lửa trong 25 phút hoặc cho đến khi gà chín kỹ. Khuấy thường xuyên.

f) Khi gà đủ nguội để xử lý, đặt nó sang một bên.
g) Chặt gà thành miếng vừa ăn sau khi lọc bỏ xương.
h) Thêm đậu và gạo vào nồi.
i) Nấu trong 15 phút, hoặc cho đến khi gạo vừa mềm.
j) Cho thịt gà trở lại nồi, đun nhỏ lửa trong 5 phút.
k) Vứt bỏ lá nguyệt quế.
l) Phục vụ với sữa chua không béo và ớt đỏ xắt nhỏ.

100. Gà hầm đậu đen

Thực hiện: 6 phần ăn

THÀNH PHẦN

- Phun xịt nonstick
- $\frac{1}{4}$ thìa cà phê Muối
- 2 tép tỏi, băm nhỏ
- 1 cái ly Canh gà
- 8 giống beo Nước sốt cà chua
- $\frac{1}{4}$ thìa cà phê Hạt tiêu
- $\frac{1}{2}$ muỗng cà phê Quế
- $\frac{1}{4}$ thìa cà phê đinh hương, đất
- 1 pound Không da Ức gà
- 2 thìa cà phê Bơ
- 1 củ hành tây
- $\frac{1}{4}$ cốc phòng ánh sáng
- 1 quả ớt chuông xanh, bỏ hạt và thái hạt lựu
- $\frac{1}{4}$ thìa cà phê Muối
- dấu gạch ngang ớt cayenne
- 16 ounce Đậu đen, để ráo nước

HƯỚNG DẪN

a)Xịt bình xịt nấu ăn chống dính lên chảo.

b)Nêm gà với muối và hạt tiêu rồi áp chảo trên lửa vừa trong 8 đến 10 phút hoặc cho đến khi miếng gà bắt đầu chuyển sang màu nâu.

c)Để nguội, sau đó cắt thành dải mỏng. Để qua một bên.

d)Làm tan chảy bơ thực vật trong cùng một chảo.

e)Thêm hành tây và tỏi.

f)Đổ 2 muỗng canh nước dùng vào chảo.

g)Nấu hành tây trong 5 đến 6 phút, khuấy thường xuyên hoặc cho đến khi mềm.

h)Cho nước sốt cà chua, nước dùng còn lại và rượu rum vào chảo.

i) Thêm gia vị, tiêu xanh và thịt gà đã để riêng. Đun sôi.

j) Đậy nắp chảo và đun nhỏ lửa trong 15 phút hoặc cho đến khi gà chín và nước đặc lại.

k)Thêm đậu và đun thêm 2-3 phút nữa.

l) Ăn với cơm.

PHẦN KẾT LUẬN

Món hầm là một món ăn cổ điển đã được yêu thích trong nhiều thế kỷ và vẫn là món khoái khẩu của nhiều người. Nước dùng đậm đà và có hương vị, kết hợp với thịt hoặc rau mềm, tạo nên một bữa ăn thịnh soạn và thỏa mãn. Với vô số biến thể và cách tùy chỉnh, món hầm là một món ăn mà mọi người đều có thể thưởng thức. Cho dù bạn là người yêu thích thịt hay người ăn chay, thích thịt đậm đà và thịnh soạn hay nước dùng nhạt hơn, thì luôn có công thức món hầm dành cho bạn. Vậy tại sao bạn không thử làm một mẻ thịt hầm và khám phá lý do tại sao món ăn được yêu thích này trường tồn với thời gian.

www.ingramcontent.com/pod-product-compliance
Lightning Source LLC
LaVergne TN
LVHW011306061026
849535LV00005B/1433